അനുരാഗ സ്പന്ദനങ്ങൾ

novel
anuraga spandanagal

•

sabin s g

•

first edition
march 2018

•

typesetting & published
chintha publishers, thiruvananthapuram

•

cover
vinod

വിതരണം

ദേശാഭിമാനി ബുക്ക് ഹൗസ്

H O തിരുവനന്തപുരം-695 035
phone: 0471-2303026, 6063026
www.chinthapublishers.com
chinthapublishers@gmail.com

ബ്രാഞ്ചുകൾ

ഹെഡ്ഡാഫീസ് ബ്രാഞ്ച് കുന്നുകുഴി • സ്റ്റാച്യു തിരുവനന്തപുരം • കെ എസ് ആർ ടി സി ബസ് സ്റ്റേഷൻ ആലപ്പുഴ • കെ എസ് ആർ ടി സി ബസ് സ്റ്റേഷൻ എറണാകുളം • മച്ചിങ്ങൽ ലെയിൻ തൃശൂർ • ഐ ജി റോഡ് കോഴിക്കോട് • മാവൂർ റോഡ് കോഴിക്കോട് • എൻ ജി ഒ യൂണിയൻ ബിൽഡിങ് കണ്ണൂർ • സെൻട്രൽ ബസ് ടെർമിനൽ കോംപ്ലക്സ് താവക്കര കണ്ണൂർ

CO - 2828 / 4569
ISBN - 978-93-86637-98-7

അനുരാഗ സ്പന്ദനങ്ങൾ

(നോവൽ)

സബിൻ എസ് ജി

ചിന്ത പബ്ലിഷേഴ്സ്
തിരുവനന്തപുരം-695 035

സബിൻ എസ് ജി

1994 സെപ്തംബർ 20 ന് തിരുവനന്തപുരത്ത് ബാലരാമപുരത്തിനടുത്ത് കോട്ടുകാൽ കോണത്ത് ജനിച്ചു. അച്ഛൻ: സത്യൻ പി, അമ്മ: ഗീതാംബിക. വിദ്യാഭ്യാസം: എൽ എം എസ് എൽ പി എസ്, മംഗലത്തുകോണം, എം സി എച്ച് എസ് എസ് കോട്ടുകാൽ കോണം. കേരള സർവ്വകലാശാലയിൽനിന്നും കൊമേഴ്സിൽ ബിരുദം. സഹോദരങ്ങൾ ശരൺ, കിരൺ.

വിലാസം : വട്ടവിള മേക്കരുക് ബംഗ്ലാവ്
കോട്ടുകാൽ കോണം
കട്ടച്ചൽ കുഴി പി ഒ
mob: 95623644782, 9961491485
mail: sabinsathyan @gmail.com

പ്രസാധകക്കുറിപ്പ്

ഒരു നാട്ടുമ്പുറത്തെ വിദ്യാലയത്തിലെ പത്താംക്ലാസു കാരായ കുട്ടികൾ കഥാപാത്രങ്ങളായി വരുന്ന നോവലാണിത്. പുറമേ നിന്നുള്ളൊരു കാഴ്ചയല്ലിത്. ഇപ്പോൾ മാത്രം കൗമാരത്തിന്റെ പടവുകളിറങ്ങിപ്പോയ ഒരു യുവാവിന്റെ ആദ്യരചനയാണീ പുസ്തകം. സ്കൂളിൽ പതിഞ്ഞ നഗ്ന മായ കാല്പാടുകളാണിത്. മാഞ്ഞുപോയേക്കാം. എങ്കിലും അതവിടെ പതിഞ്ഞിരുന്നു. ഒരു വിദ്യാലയത്തിനകത്തെ കുട്ടികളുടെ ആദ്യകൗതുകങ്ങൾ, പ്രണയത്തിന്റെ ആദ്യാ ക്ഷരങ്ങൾ. ചോക്കു പൊടി മണക്കുന്ന ഈ നോവൽ അസാ ധാരണമായ രചനാകൗശലം പ്രകടിപ്പിക്കുന്നു. കുട്ടികൾ എന്നുകരുതി നമുക്കവരെ തള്ളാനാവില്ല. സമൂഹത്തിലെ എല്ലാ വേലിയേറ്റങ്ങളും വേലിയിറക്കങ്ങളും ഈ കൊച്ചു മനസ്സുകളിലും പ്രതിഫലിക്കുന്നുണ്ട്.

വിറയാർന്ന വിരലുകളാൽ ഒരു കൗമാരക്കാരൻ കോറിയിട്ട ഈ നോവൽ കേവല കൗമാരത്തിനപ്പുറത്തേക്കാണ് നിങ്ങളെ കൊണ്ടുപോകുന്നത്.

ചിന്ത പബ്ലിഷേഴ്സ്

"ജീവിതം അങ്ങനെയാ
പലപ്പോഴും
നമ്മൾ നടന്ന് എത്തുന്നത്
സങ്കല്പിക്കുവാൻ കഴിയാത്ത
ലോകത്തായിരിക്കും."

ഒന്ന്

നിലാവ് വീണ വഴിയുടെ അവസാനം ഒരു വലിയ ഒരു മരമുണ്ട്. ആ മരത്തിൽ ചാരി ഇരുന്ന അവന്റെ അരികിലേക്ക് അവൾ നടന്ന് വന്ന് ഇരുന്നു. മരത്തിൽ കാറ്റ് വന്ന് തലോടിയപ്പോൾ അതിലെ മനോഹര മായ പൂക്കൾ അവരുടെ അടുത്ത് വീണു.

മണ്ണിൽ ഊന്നിയിരുന്ന അവളുടെ കൈകളിൽ നോക്കിയശേഷം അവന്റെ കൈകൾകൊണ്ട് അമർത്തി അവളുടെ ചുവന്ന ചുണ്ടുകളിൽ ചുംബിച്ചു. ചുംബിച്ച ചുണ്ടുകൾ അവന്റെ കാതിൽ കൊണ്ട് വന്ന് പതിയെ അവൾ എന്തോ പറഞ്ഞശേഷം എഴുന്നേറ്റ് ഓടി. അവളെ നിറഞ്ഞ കണ്ണുകളോടെ അവൻ നോക്കി.

ആ വഴിയും മരവും വളരെ മനോഹരമായിരുന്നു. അതിന്റെ ലഹരി യിൽ മുഴുകി വന്നപ്പോഴാണ് അവന്റെ കാതുകളെ അസ്വസ്ഥമാക്കുന്ന ശബ്ദം എവിടെ നിന്നോ വന്നത്.

"മക്കളെ വിനു എണീരടാ."കണ്ണ് തുറന്ന് മുകളിലേക്ക് നോക്കിയ പ്പോൾ പൊട്ടിയ ഓടിലൂടെ പ്രകാശം താഴേക്ക് പതിച്ചു. പുതച്ചിരുന്ന പുതപ്പിൽ ചെറിയ ദുർഗ്ഗന്ധം ഉണ്ടായിരുന്നു. ഉമിനീര് കൊണ്ട് നനഞ്ഞ തലയണയിൽ മുഖം തുടച്ചശേഷം ഉടുത്തിരുന്ന ലുങ്കി തറയിൽ തിരഞ്ഞു. സിമന്റിട്ട് വർഷം കുറേ കഴിഞ്ഞതുകൊണ്ട് തറയിൽ ചെറിയ കുഴികൾ ഉണ്ടായിരുന്നു.

ലുങ്കി ഉടുത്ത് വീടിന് പുറത്തേക്ക് ഇറങ്ങിയപ്പോൾ അടുത്ത വീടു കളിൽനിന്നും മിക്സിയുടെയും പമ്പിന്റെയും ശബ്ദം മുഴങ്ങിക്കൊണ്ടി രുന്നു.

പതിവ് പ്രഭാതകർമ്മങ്ങൾക്ക്ശേഷം അല്പം വെറുപ്പോടെയാണ് പഴയ യൂണിഫോം ധരിച്ചത്. വെള്ള ഷർട്ടിലെ കറുത്ത പുള്ളികളിലേക്ക് അവൻ അല്പം വിരസതയോടെ നോക്കിയശേഷം ഷർട്ടിന്റെ പോക്കറ്റിൽ ഒരു പേന തിരുകി വച്ച് ബുക്കുമായി വാതിലിന്റെ പടിയിൽനിന്ന് അകത്തേക്ക് നോക്കി പറഞ്ഞു:

"അമ്മേ ഞാൻ സ്കൂളിൽ പോണേ?" മൺവെട്ടിയുമായിവന്ന അച്ഛൻ അല്പം ദേഷ്യത്തിലായിരുന്നു അവനോട് സംസാരിച്ചത്.

"പത്താം ക്ലാസിലാ പഠിക്കുന്നത്. ഓർമ്മ വേണം. കള്ളന്മാരുമായിട്ട് കൂട്ട് കൂടാൻ പോവല്ല്."

ഒന്ന് മൂളിയ ശേഷം വിനു പറഞ്ഞു:

"ഇല്ല."

അച്ഛൻ നടന്നകലുന്നതുവരെ നോക്കിനിന്ന ശേഷം അവൻ പതിയെ നടന്നു. മനസ്സിൽ കുറച്ച് വേദനയുണ്ടായിരുന്നു. ഒരു മാസം മാത്രമാണ് അവധി കിട്ടിയത്. 10-ാം ക്ലാസിലായതിന്റെ ടെൻഷനും ഉണ്ട്. റിസൾട്ട് വരുമ്പോൾ എല്ലാവരും ചോദിക്കുന്നത് 'എ+' കളുടെ എണ്ണമാണ്.

പോകുന്ന വഴിയിൽ വിഭുവിനെ കണ്ടു. അവന്റെ പുതിയ ചുവന്ന കളർ ഷർട്ടിന്റെ സുഗന്ധം അസൂയയോടെയാണ് വിനു ആസ്വദിച്ചത്. വിഭു പരിഹാസം നിറഞ്ഞ സ്വരത്തിൽ ചോദിച്ചു:

"നിനക്ക് ഈ ഷർട്ട് കളയുവാൻ ദിവസമായില്ലേ?"

അല്പം താഴ്ന്ന സ്വരത്തിൽ വിനു പറഞ്ഞു: "പുതിയ ഷർട്ട് തയ്യൽ കടയിൽ ഇരിക്കുകയാണ്. ഇന്ന് പോയി വാങ്ങണം."

ഈ സമയം ഒരു ബൈക്ക് വേഗത്തിൽ അവരുടെ അരികിലൂടെ പോയി. അത്ഭുതം നിറഞ്ഞ സ്വരത്തിൽ അവൻ ചോദിച്ചു:

"ടാ, ഋതു പുതിയ ബൈക്ക് വാങ്ങിയോ."

വിഭു അവന്റെ മുടിയിൽ കൈകൊണ്ട് ഒന്ന് തലോടിയ ശേഷം തറയിൽ തുപ്പി. അതിലെ കഫത്തിന്റെ അംശം വെറുപ്പോടെയാണ് വിനു നോക്കിയത്.

അല്പം താഴ്ന്ന സ്വരത്തിൽ വിഭു പറഞ്ഞു: "നമ്മളും പുതിയ വണ്ടിക്ക് ബുക്ക് ചെയ്തിരിക്കുവാ."

വിനു ഒന്ന് മൂളി. "ഉം..."

സ്കൂളിന് മുന്നിലെ കട അന്ന് തുറന്നില്ല. അകത്ത് കാന്റീൻ രാവിലെ തുറന്നിരുന്നു. വിഭുവിന്റെ കൂടെ പോയപ്പോൾ അവൻ കുടിച്ച സോഡയുടെ ബാക്കി വിനുവിന് കൊടുത്തു. അത് കുടിച്ചശേഷം കുപ്പി മേശപുറത്ത് വച്ചു.

വിഭു പോക്കറ്റിൽനിന്നും ചില്ലറ തുട്ടുകൾ പറക്കി കടയിലെ മദ്ധ്യ

വയസ്കന് നേരെ നീട്ടി. മേശപ്പുറത്തുനിന്ന് കണ്ണാടി തപ്പിയെടുത്ത ശേഷം കണ്ണിൽവച്ച് അദ്ദേഹം നാണയത്തുട്ടുകൾ എണ്ണി മേശക്കയ് കത്തിട്ടു.

10. C എന്ന് എഴുതിയ ചെറിയ ബോർഡുള്ള വാതിലിൽ ഋതു നില്ക്കുന്നുണ്ടായിരുന്നു. അവൻ കൈ ഉയർത്തി കാണിച്ചു. അവന്റെ അടുത്ത് എത്തിയ ഉടനെ വിഭു ചോദിച്ചു:

“അളിയാ, പുതിയ ബൈക്ക് ഇങ്ങനെ കൊളുത്തി വിടാൻ പറ്റുമോ?”

അവർ ക്ലാസിനകത്തേക്ക് പോയപ്പോൾ വിനു വാതിലിന്റെ അടുത്ത് നിന്നു. എന്തോ ആലോചിച്ച് നിന്നപ്പോഴാണ് ഒരു പെൺകുട്ടിയുടെ ശബ്ദം കേട്ടത്.

“ഇതാണോ പത്ത് സി.”

ഞെട്ടലോടെ അവൻ അവളെ നോക്കി. ജീൻസും ടീഷർട്ടും ഇട്ട അവളെ കണ്ടപ്പോൾ അവന്റെ നെഞ്ചിടിപ്പ് കൂടി. അവളുടെ ചുണ്ടിലും മുഖത്തും ചായം പൂശിയിരുന്നു.

നെറ്റിയിലെ വിയർപ്പു തുള്ളികൾ തുടച്ച ശേഷം അവൻ പറഞ്ഞു:

“ഇത് തന്നയാ പത്തു സി.”

ഒന്ന് പുഞ്ചിരിച്ച ശേഷം അവൾ സ്വയം പരിചയപ്പെടുത്തി.

“എന്റെ പേര് റിയ. പത്ത് സി യിൽ എന്നാണ് ഹെഡ്മാസ്റ്റർ പറഞ്ഞത്.”

അവൻ പുഞ്ചിരിക്കാൻ ശ്രമിച്ച ശേഷം പറഞ്ഞു.

“എന്റെ പേര് വിനു. ഈ ക്ലാസിലാ.”

“താൻ എന്തിനാ പേടിക്കുന്നത്?” റിയ പരിഹാസം നിറഞ്ഞ സ്വരത്തിൽ ചോദിച്ചു.

ഈ സമയം മറ്റൊരു പെൺകുട്ടി വന്നു. അവളെ നോക്കി വിനു പതിഞ്ഞ സ്വരത്തിൽ, “ഇതാണ് വിദ്യ.”

റിയ ചിരിച്ച ശേഷം ചോദിച്ചു: “ഈ ചുരിദാർ കൊള്ളാമല്ലോ. എവിടന്നാ വാങ്ങിയേ?”

വിദ്യ ഓഫീസ് റൂമിന്റെ വരാന്തയിലേക്ക് നോക്കിയശേഷം വെറുപ്പോടെ പറഞ്ഞു:

“ദേ വിമല ടീച്ചർ വരുന്നു. നിന്നെ ഈ കോലത്തിൽ കണ്ടാൽ അത് മതി ടീച്ചറിന് ദേഷ്യം തോന്നാൻ.”

വിദ്യ അകത്തേക്ക് പോയി. വിനു ടീച്ചറിനെ ഭയത്തോടെ നോക്കി. ടീച്ചർ റിയയോട് ദേഷ്യത്തിൽ പറഞ്ഞു. “റിയ, ഇനി ഇങ്ങനെ ഇവിടെ വരരുത്. അകത്ത് കയറി പോ.”

റിയ അകത്തേക്ക് പോയപ്പോൾ ടീച്ചർ വിനുവിനോട് ചോദിച്ചു:

“എന്തായിരുന്നു വിനു ഇവിടെ?”

വിനു ഞെട്ടലോടെ പറഞ്ഞു:

"ഒന്നൂല്ല ടീച്ചർ."

ടീച്ചർ വാത്സല്യം നിറഞ്ഞ സ്വരത്തിൽ,

"പത്താം ക്ലാസിലായി. വീട്ടിലെ കാര്യങ്ങൾ അറിയില്ലേ? നന്നായി പഠിക്കണം."

അവൻ പുഞ്ചിരിച്ചശേഷം പറഞ്ഞു.

"ശ്രമിക്കാം ടീച്ചറേ?"

ടീച്ചർ പോയപ്പോൾ ഋതു വന്ന് വിനുവിന്റെ പുറകിൽ അടിച്ച ശേഷം ആകാംക്ഷയോടെ ചോദിച്ചു:

"ഏതോ കിടിലൻ പെണ്ണ് നിന്നോട് സംസാരിക്കുന്നത് കണ്ടു. ആരാ അത്?"

വിനു താല്പര്യം കാണിക്കാതെ,

"അളിയാ അവളുടെ പേര് റിയ. പാവം കുട്ടിയാ."

ഒന്ന് മൂളിയ ശേഷം ഋതു പറഞ്ഞു:

"അവളെ കണ്ടാൽ അറിയാം പാവം കുട്ടിയാണെന്ന്. ഞാൻ അവളെ ഒതുക്കും."

വിനു വെറുപ്പോടെ പറഞ്ഞു: "നീ എന്തോ ചെയ്യ്. എന്തിനാ പറയുന്നത്."

ഋതു ദേഷ്യത്തിൽ പറഞ്ഞു: "നിനക്ക് അവളെ കുറ്റം പറയുന്നത് ഇഷ്ടപ്പെട്ടില്ല അല്ലേ?"

വിനു നീരസത്തോടെ ക്ലാസിലേക്ക് കയറിപ്പോയി.

ബ്ലാക്ക് ബോർഡിൽ വിദ്യ പകുതി മുറിഞ്ഞ ചോക്ക് കഷ്ണം കൊണ്ട് എഴുതി. 10 സി. പഴയ 9 സി യിലെ കുട്ടികൾ എല്ലാം ആ ക്ലാസ്റൂമിൽ ഉണ്ടായിരുന്നു. റിയ മാത്രമായിരുന്നു ക്ലാസിലെ പുതിയ കുട്ടി.

മുന്നിലത്തെ ഡസ്ക്കിൽ ചാരിനിന്ന ആനി പറഞ്ഞു: "കുട്ടികളുടെ എണ്ണം ഇപ്പോൾ എഴുതണ്ട. ഹാജർ എടുത്തശേഷം എഴുതാം."

മുൻ വർഷങ്ങളിലെപ്പോലെ വിനു രണ്ടാമത്തെ ബഞ്ചിലായിരുന്നു ഇരുന്നത്.

പുറകിലേക്ക് നോക്കിയപ്പോൾ റിയയെ കണ്ടു. റിയ ചിരിച്ചു. അടുത്തിരുന്ന അലക്സ് വിനുവിന്റെ തോളിൽ കൈവച്ച ശേഷം പറഞ്ഞു:

"വന്ന ഉടനെ നീ അവളെ വളച്ചു അല്ലേ?"

വിനു കേൾക്കാത്ത ഭാവത്തിൽ ഡസ്കിൽ ചരിഞ്ഞ് കിടന്നു. ഈ സമയം സ്കൂൾ ഗേറ്റിനപ്പുറം ബസിന്റെ ശബ്ദം കേട്ടു. പതിവായി 9.15ന് വരുന്ന കെ എസ് ആർ ടി സി ബസായിരുന്നു അത്. ക്ലാസിലെ പകുതി കുട്ടികളും കുറച്ച് ടീച്ചർമാരും വരുന്നത് ആ ബസിലായിരുന്നു.

ആൺകുട്ടികളുടെ വശത്ത് മുന്നിലത്തെ ബഞ്ച് ഒഴിഞ്ഞ് കിടന്നി

രുന്നു. കഴിഞ്ഞവർഷം മുന്നിലത്തെ ബഞ്ചിൽ ഇരുന്നിരുന്നത് അഞ്ച് കുഴപ്പക്കാരായ കുട്ടികളായിരുന്നു. അവർ വന്ന ഉടനെ പിറകിലത്തെ ബഞ്ചിൽ പോയിരുന്നു.

ക്ലാസ് റൂമിലെ വാതിലിൽ ആരോ അടിക്കുന്ന ശബ്ദം കേട്ടാണ് വിനു വാതിലിലേക്ക് നോക്കിയത്. അവിടെ നിന്ന പ്യൂണിന് ഈ വർഷം വലിയ മാറ്റമൊന്നും ഇല്ലാത്തതുപോലെ അവന് തോന്നി. നരച്ച മീശയും നരകയറിയ തലമുടിയും. പതിവ് ഗൗരവ ഭാവത്തിൽ അദ്ദേഹം പറഞ്ഞു.

"നിങ്ങളോട് മിനി ആഡിറ്റോറിയത്തിൽ പോകാൻ ഹെഡ്മാസ്റ്റർ പറഞ്ഞു. ആദ്യം പെൺകുട്ടികൾ പോകണം. ആൺകുട്ടികൾ പിറകെ പോയാൽ മതി."

പെൺകുട്ടികൾ എണീറ്റ് ഇറങ്ങിയപ്പോൾ വാതിലിന്റെ അടുത്ത് നിന്ന പ്യൂൺ മാറി. പെൺകുട്ടികൾ എല്ലാരും ഇറങ്ങി അവർക്ക് പിറകെ ആൺകുട്ടികളും പുറത്തേക്ക് പോയി. അതിൽ വിഭുവും അലക്സും മുന്നിൽ നടന്നു. വിനു അവരുടെ ഒപ്പം ഉണ്ടായിരുന്നു.

പെൺകുട്ടികളിൽ ഏറ്റവും പിറകിലെ പെൺകുട്ടിയുടെ പിൻവശം നോക്കിയശേഷം വിഭു എന്തോ പറഞ്ഞു:

വിനു അത് ശ്രദ്ധിക്കാതെ നടന്നു. അകലെ ഒരു പൂവിനെ അവൻ ശ്രദ്ധിച്ചു. അതിൽ വന്ന് ചിറക് വിടർത്തിയ ശലഭത്തിനെ അത്ഭുതത്തോടെ അവൻ നോക്കി.

മിനി ആഡിറ്റോറിയത്തിനകത്ത് 10-ാം ക്ലാസിലെ എല്ലാ ഡിവിഷനുകളിലെയും കുട്ടികൾ ഉണ്ടായിരുന്നു. വിനു അകത്ത് ഇരുന്ന എല്ലാ കുട്ടികളെയും നോക്കി.

സ്വയം വെറുപ്പ് തോന്നി. അവൻ ഒഴികെ കുട്ടികളും പുതിയ ഡ്രസാണ് ഇട്ടിരുന്നത്. പുറകിലത്തെ ബഞ്ചിൽ നടുക്ക് ഞെരുങ്ങി ഇരുന്നപ്പോൾ റിയയുടെ കണ്ണുകൾ അവന്റെ നേർക്ക് പലപ്പോഴും വന്ന് പോകുന്നുണ്ടായിരുന്നു.

വേദിയിൽ 10-ാം ക്ലാസിലെ എല്ലാ ഡിവിഷനുകളിലും പഠിപ്പിക്കുന്ന കുറച്ച് സീനിയറായുള്ള അദ്ധ്യാപകരുണ്ടായിരുന്നു. രഘു സാറിന്റെ അദ്ധ്യക്ഷതയിൽ യോഗം തുടങ്ങി.

ഹെഡ്മിസ്ട്രസ് വിമല ടീച്ചർ ആയിരുന്നു നിലവിളക്കിൽ തിരി കൊളുത്തിയത്. തുടർന്ന് ടീച്ചർ സംസാരിക്കാൻ തുടങ്ങി:

"ഈ സ്കൂളിൽ അൻപതിലധികം കുട്ടികൾക്ക് ഫുൾ A+ പിന്നെ 100% വിജയം അതാണ് ഈ വർഷത്തെ നമ്മുടെ ലക്ഷ്യം."

വിനുവിന്റെ അടുത്തിരുന്ന ഋതു പുച്ഛത്തോടെ പറഞ്ഞു: "ഓ പിന്നെ!"

വിമല ടീച്ചർ മുഖത്തിരുന്ന കണ്ണാടി ഊരി ബാക്കി ടീച്ചർമാരെ

നോക്കിയ ശേഷം പറഞ്ഞു:

"നിങ്ങൾ എല്ലാരും ശ്രമിച്ചാൽ മതി ഈ കുട്ടികൾ നാളെ നമുക്ക് അഭിമാനമാകും. ജയ്ഹിന്ദ്."

വേദിയിൽ ഇരുന്ന എല്ലാ ടീച്ചർമാരുടെയും പ്രസംഗത്തിനുശേഷം ലാവണ്യ സ്റ്റേജിൽ കയറി ശാന്തി ടീച്ചർ കൊടുത്ത പേപ്പർ നോക്കി കൃതജ്ഞത പറഞ്ഞ് യോഗം അവസാനിപ്പിച്ചു.

പെൺകുട്ടികൾ എല്ലാവരും ഇറങ്ങിയ ശേഷമായിരുന്നു ആൺകുട്ടികൾ ഇറങ്ങിയത്.

ക്ലാസിൽ എത്തിയപ്പോൾ വിനുവിന് മുന്നിലത്തെ ബഞ്ചിൽ പോയി ഒറ്റയ്ക്ക് ഇരിക്കേണ്ടിവന്നു. ഈ സമയം പെൺകുട്ടികളുടെ വശത്ത് നിന്നും സഹതാപത്തോടെ നോക്കിയത് റിയ മാത്രമായിരുന്നു.

ഉടൻ ഇന്ദുലാൽ സാർ ക്ലാസിനകത്തേക്ക് കയറി വന്നു. പതിവ് പോലെ വെള്ള മുണ്ടും ഷർട്ടുമായിരുന്നു വേഷം. പൊതിയാത്ത ഹാജർ ബുക്ക് മടക്കി കൈയിൽ വച്ചിരുന്നു. എല്ലാ കുട്ടികളെയും നോക്കിയ ശേഷം ശബ്ദം ഉയർത്തി പറഞ്ഞു:

"എല്ലാ ബഞ്ചിലും അറ്റം ഇരിക്കുന്ന ഓരോ കുട്ടികൾ വീതം വന്ന് മുന്നിലത്തെ ബഞ്ചിൽ ഇരിക്ക്. വിനു അറ്റത്ത് പോ."

വിഭുവിനായിരുന്നു ആദ്യത്തെ സീറ്റ് കിട്ടിയത്. അവന്റെ മുഖത്ത് നല്ല വെറുപ്പ് ഉണ്ടായിരുന്നു. സാറിനെ പേടിച്ച് ആരും ഒന്നും മിണ്ടിയില്ല.

സാറ് അല്പം ഉച്ചത്തിൽ പറഞ്ഞു: "എല്ലാ കുട്ടികളും ഹിസ്റ്ററിക്കായി ഒരു ബുക്കും പുസ്തകവും വാങ്ങണം. ബുക്ക് പഴയ കുറച്ച് പേപ്പർ കുത്തികെട്ടിയത് മതി. പുസ്തകം പഴയത് കിട്ടില്ലേ?"

കുറച്ച് നേരത്തെ സംഭാഷണത്തിനുശേഷം ബെല്ല് അടിക്കുന്ന ശബ്ദം കേട്ട് സാറ് പുറത്തേക്ക് ഇറങ്ങി. കുറച്ച് കഴിഞ്ഞപ്പോൾ രമണി ടീച്ചർ ക്ലാസിലേക്ക് വന്നു. ടീച്ചറിനെ കണ്ടപ്പോൾ വിനുവിന്റെ നെഞ്ചിടിപ്പ് കൂടി. അടുത്തിരുന്ന ഷബിർ വിനുവിന്റെ ചെവിയിൽ പറഞ്ഞു:

"ദുരന്തം പിന്നെയും വന്നാ..."

ടീച്ചറിനെ ഭയന്ന് വിനു ഒന്നും മിണ്ടിയില്ല. ടീച്ചർ പതിവ് ദേഷ്യഭാവത്തിൽ പറഞ്ഞു:

"പുതിയ ബുക്കും പുസ്തകങ്ങളും ഇല്ലാത്ത ഒരുത്തനും കണക്ക് ക്ലാസിൽ ഇരിക്കേണ്ട."

പിന്നെ ടീച്ചർ കൊണ്ടുവന്ന പുസ്തകം നോക്കി പഠിപ്പിക്കാൻ തുടങ്ങി.

അന്ന് ഉച്ചവരെയെ ക്ലാസ് ഉണ്ടായിരുന്നുള്ളൂ. ക്ലാസ് കഴിഞ്ഞ് ആദ്യം ഇറങ്ങിയത് പെൺകുട്ടികളായിരുന്നു. വാതിലിന്റെ അടുത്തുനിന്ന റിയ പിന്നിലേക്ക് നോക്കി വിനുവിനെ കണ്ട ശേഷം പുഞ്ചിരിച്ച് പുറത്തേക്ക്

ഇറങ്ങി.

റിയ വിനുവിനെ നോക്കിയായിരുന്നു ചിരിച്ചത് എന്ന് മനസ്സിലാക്കിയ ഋതുവിന്റെ മുഖത്ത് അസൂയഭാവം വന്ന് പോയി.

അന്ന് ആരോടും കൂട്ട് കൂടാതെയാണ് വിനു വീട്ടിലേക്ക് നടന്നത്. രാത്രിയിൽ അമ്മ പതിവുപോലെ ശബ്ദം ഉച്ചത്തിലാക്കി സീരിയൽ കാണുന്നുണ്ടായിരുന്നു.

മുറിയിൽ പുതിയ മേശയുടെ അരികിലെ പഴയ കസേരയിൽ ചാരി ഇരുന്ന് ചുറ്റിലും നോക്കിയപ്പോൾ ചുമരിൽ പെയിന്റ് പഴകി ഇളകിയത് അവന്റെ മുഖത്ത് ഭാവ വ്യത്യാസം ഉണ്ടാക്കിയില്ല.

ഉടുത്തിരുന്ന ലുങ്കിയിൽ വല്ലാത്ത ദുർഗ്ഗന്ധം ഉണ്ടായിരുന്നു. പതിവില്ലാതെ അന്ന് മഴ പെയ്തു. നല്ല ഇടിയും മിന്നലും കൂടി ആയപ്പോൾ അമ്മ ദേഷ്യത്തിൽ ടി വി ഓഫ് ചെയ്തു.

പുറത്ത് കുളിച്ചുകൊണ്ട് നിന്ന അച്ഛൻ ഫ്യൂസ് കത്തുന്നത് കണ്ട് ഭയന്ന് അകത്തു കയറി.

അടച്ചിരുന്ന മുറിക്കകത്ത് ഒരു മെഴുകുതിരി കത്തിച്ച് അതിന്റെ ചെറിയ വെളിച്ചത്തിൽ ഇരുന്ന് അവൻ ഒരു കഥ എഴുതി.

രണ്ട്

ശലഭം

പുലരിയിൽ ആ ശലഭം പറന്ന് കുറേ അലഞ്ഞു. അങ്ങനെ ഒരു പാട് പൂക്കളിൽനിന്നും തേൻ കുടിച്ചു. എന്നാൽ കുടിച്ച തേൻതുള്ളികൾ കാരണം മണ്ണിൽവീണ പൂക്കളെ തേൻശലഭം കണ്ടില്ല.

അങ്ങനെ തേൻ നുകർന്ന് അലഞ്ഞ് നടന്നപ്പോൾ അകലെ ഒരു പൂന്തോട്ടത്തിൽ ആയിരം പൂക്കൾ നില്ക്കുന്നത് കണ്ടു.

എന്നാൽ അകലെനിന്ന ഒരു സുന്ദരിപ്പൂവിനോട് ശലഭത്തിന് പ്രണയം തോന്നി. പിറകെ വരുന്ന ശലഭങ്ങളെയും വണ്ടുകളെയും ഭയന്ന് കാലുകൾ ഇതളിൽ ഉറപ്പിച്ചു. എന്നിട്ട് ചിറക് കൊണ്ട് പൂവിനെ പൊതിഞ്ഞു.

പുലരിയിൽ ആകാശത്ത് നിന്ന് മഞ്ഞുതുള്ളികൾ താഴേക്ക് വീഴുന്നുണ്ടായിരുന്നു. അങ്ങനെ വീണ മഞ്ഞുതുള്ളികളിൽ കുറച്ച് ശലഭത്തിന്റെയും പൂവിന്റെയും പുറത്ത് വീണു.

പതിയെ ഇളംവെയിൽ ഭൂമിയിലേക്ക് ഒഴുകി എത്തി. വെയിലിന്റെ താപതീവ്രത പതിയെ കൂടി വന്നു. മഞ്ഞുതുള്ളികൾ ഭൂമിയിൽനിന്നും എവിടെയോ പോയി മറഞ്ഞു.

അങ്ങനെ പൂവ് മണ്ണിലേക്ക് അടർന്ന് വീണു. ഇതളുകൾ കൊഴിയാതെ ഇരിക്കുവാൻ ശലഭം ചിറക് കൊണ്ട് മൂടിയിരുന്നു.

മണ്ണിൽ വീണ ശലഭം പൂവുമായി കുറച്ച് ഇഴഞ്ഞ് നിശ്ചലമായി മാറി. പൂന്തോട്ടത്തിൽ പിന്നെയും ശലഭങ്ങളും വണ്ടുകളും വന്നു പോയി.

പ്രണയിച്ച് മരിച്ച പൂവിനെയും ശലഭത്തിനെയും മണ്ണും പൂന്തോട്ടവും പതിയ മറന്നു.

മൂന്ന്

രാവിലെ സ്കൂളിൽ കൊണ്ടുപോകുന്ന ബാഗിൽ കഥയെഴുതിയ ബുക്ക് എടുത്ത് വച്ചു. അമ്മ പാത്രത്തിൽ എടുത്ത ചോറ് ബാഗിൽ എടുത്ത് വച്ചപ്പോൾ കൈയിൽ ചെറുതായി ചൂട് ഏറ്റു.

ഇന്നലെ ഇട്ട യൂണിഫോം ഉടുത്തതുകൊണ്ട് അതിൽ ചെറിയ അഴുക്കുണ്ടായിരുന്നു.

സ്കൂളിലേക്ക് വേഗത്തിൽ നടന്ന് പോകുന്ന വഴിയിൽ വാസുമാമ്മന്റെ ചായക്കടയുടെ വരാന്തയിൽ പുതിയ ഗ്യാസ് സ്റ്റൗവും ഗ്യാസും ഇരിക്കുന്നത് ശ്രദ്ധിച്ചു.

പതിവുപോലെ ഗ്ലാസ് അലമാരയിൽ പലതരത്തിലെ പലഹാരം ഉണ്ടാക്കി വെച്ചിരിക്കുന്നു. അതിലേക്ക് നോക്കിയപ്പോൾ തന്നെ വായിൽ വെള്ളം നിറഞ്ഞു.

അടുത്ത വായനശാലയിൽ കുറച്ച് ചെറുപ്പക്കാർ ഇരുന്ന് ക്രിക്കറ്റ് കാണുന്നുണ്ടായിരുന്നു.

നടന്ന് വിയർത്ത് അങ്ങനെ ക്ലാസിൽ എത്തി. റിയ മാത്രമായിരുന്നു ആ സമയം ക്ലാസിൽ ഉണ്ടായിരുന്നത്.

അവളുടെ മുഖത്ത് ലിപ്സ്റ്റിക്കും പൗഡറും ഇല്ലായിരുന്നു. തലമുടി നന്നായി കോതി ചുവന്ന റിബൺ കൊണ്ട് കെട്ടിയിരുന്നു.

യൂണിഫോം വെള്ള ചുരിദാറും ചുവന്ന ഷാളും. അവളുടെ പുഞ്ചിരി കണ്ടപ്പോൾ അവന്റെ നെഞ്ചിടിപ്പ് കൂടി.

ബാഗ് എടുത്ത് ഡസ്കിൽ വച്ച ശേഷം ബാഗ് തുറന്ന് ബുക്ക് പുറത്തേക്കെടുത്ത് അതിൽനിന്നും കഥയെഴുതിയ പേജ് കീറി റിയയുടെ നേർക്ക് നീട്ടി.

അവൾ ഒരു പുഞ്ചിരിയോടെ ചോദിച്ചു: "ഇത് എന്താ ലൗ ലെറ്ററാണോ?"

നെഞ്ചിടിപ്പോടെ, ഭയം മാറാത്ത സ്വരത്തിൽ അവൻ പറഞ്ഞു:

"ഞാൻ എഴുതിയ കഥയാണ് ഒന്ന് വായിക്കുമോ?"

റിയ പേപ്പർ വാങ്ങി വായിക്കുവാൻ തുടങ്ങി. വിനു ജനാലയിലൂടെ

പുറത്തേക്ക് നോക്കി വിദ്യ വരുന്നത് കണ്ട് സ്വന്തം സീറ്റിലേക്ക് നടന്നു.

വിദ്യ അകത്തേക്ക് കയറി ഇരുന്നപ്പോൾ വിനു പുറത്തേക്ക് ഇറങ്ങി. ഗ്രൗണ്ടിൽ അടുത്ത ഡിവിഷനുകളിലെ കുട്ടികൾ കളിക്കുന്നുണ്ടായിരുന്നു. അവരുടെ ഒപ്പം കൂടി കളിക്കാൻ തുടങ്ങിയപ്പോൾ ബെല്ല് അടിക്കുന്നത് കേട്ടു.

ക്ലാസിലേക്ക് കയറി മുന്നിലത്തെ സീറ്റിൽ ഇരുന്ന് റിയയിരിക്കുന്ന സീറ്റിലേക്ക് നോക്കി. അവൾ സന്തോഷത്തോടെ പുഞ്ചിരിക്കുന്നതു കണ്ട അവന്റെ മനസ്സിൽ എന്തോ ഒരു സുഖം തോന്നി.

അടുത്തിരുന്ന ഋതു പിറകിലേക്ക് നോക്കി അലക്സിനോട് പറഞ്ഞു:

“ടാ റിയ പോക്ക് കേസാടാ ഒന്ന് ശ്രമിച്ചാൽ വീഴും.”

അലക്സ് അല്പം ശബ്ദം കുറച്ച് പറഞ്ഞു:

“അവൾ ഇപ്പോൾ താമസിക്കുന്നത് എന്റെ വീടിനടുത്താ അവൾക്ക് തന്ത ഇല്ല.”

ഋതു പരിഹാസ സ്വരത്തിൽ പറഞ്ഞു:

“അളിയാ പറ കേൾക്കട്ട്.”

അലക്സ് ഉത്സാഹത്തിൽ പറഞ്ഞു.

“അവളുടെ അമ്മ പഴയ സിനിമാനടിയാ. ഇപ്പോൾ ഏതോ സീരിയലിൽ ഉണ്ട്. ഇവളും ഇപ്പോൾ ഏതോ സീരിയലിൽ അഭിനയിച്ചിരിക്കുവാ.”

ഋതു പതുക്കെ പറഞ്ഞു: “അപ്പോൾ സീലു പൊട്ടി അല്ലേടാ?”

അലക്സ് ചിരിച്ച ശേഷം പറഞ്ഞു. “കഴിഞ്ഞത് കഴിഞ്ഞു.”

ഇതെല്ലാം കേട്ട് വിനു നിറഞ്ഞ കണ്ണുകളുമായി ഡസ്കിൽ ചരിഞ്ഞ് കിടന്നു.

വിദ്യ കുട്ടികളുടെ എണ്ണം നോക്കിയശേഷം ബോർഡിൽ എണ്ണം എഴുതി സീറ്റിൽ പോയി ഇരുന്നു.

ഉടൻ ബെല്ല് കേട്ടു. ഒപ്പം ഈശ്വരപ്രാർത്ഥനയും കേൾക്കുവാൻ തുടങ്ങി. പെൺകുട്ടികൾ കൈ കൂപ്പി തൊഴുതു നിന്നപ്പോൾ ആൺകുട്ടികൾ പരസ്പരം തല്ലിയും ബഹളം വെച്ചും നിന്നു.

ഈശ്വര പ്രാർത്ഥന കഴിഞ്ഞപ്പോൾ മലയാളം ടീച്ചർ ക്ലാസിൽ വന്നു. ഹാജർ ബുക്ക് നിവർത്തി പേര് വിളിക്കുവാൻ തുടങ്ങി.

ഹാജർ ബുക്ക് അടച്ച് മലയാളം പുസ്തകം തുറന്നപ്പോൾ റിയ എഴുന്നേറ്റ് പറഞ്ഞു.

“ടീച്ചർ ഈ കഥ ഒന്ന് നോക്കുമോ?”

വിനു ഭയത്തോടെ ടീച്ചറിനെ നോക്കി. എന്നാൽ ടീച്ചർ കഥ മുഴുവൻ വായിച്ച ശേഷം പറഞ്ഞു.

“നന്നായിട്ടുണ്ട് ഇനിയും എഴുതണം കേട്ടോ?”

അവന്റെ കണ്ണുകൾ നിറഞ്ഞു. ടീച്ചർ ക്ലാസ് കഴിഞ്ഞ് പുറത്തേക്ക്

ഇറങ്ങിയപ്പോൾ അവൻ പുറകിലിരിക്കുന്ന ഷബീറിനെ നോക്കി. ഷബീർ കൈകൾകൊണ്ട് വിനുവിന്റെ തലയിൽ തലോടി. അതിൽ വാത്സല്യത്തിന്റെ നേർത്ത സ്പർശമുണ്ടായിരുന്നു.

ആശ്വാസത്തിന്റെ ചെറിയ തണുപ്പ് അവന്റെ മനസ്സിൽ ഉണ്ടായി. എല്ലാ കുട്ടികളും പുറത്തേക്ക് ഇറങ്ങിയപ്പോൾ റിയയും പിന്നിലത്തെ ബഞ്ചിൽനിന്നും അപ്രത്യക്ഷമായിരുന്നു.

ഷബീറിനെ വിനു ആദ്യമായി കാണുന്നത് 1-ാം ക്ലാസിൽ പഠിക്കുന്ന സമയത്തായിരുന്നു.

ഷബീറിന്റെ വീട്ടിൽ രണ്ട് അനിയത്തിമാരും അവന്റെ ഉമ്മയും മാത്രമായിരുന്നു ഉണ്ടായിരുന്നത്. അവന്റെ വാപ്പ മറ്റൊരു വിവാഹം കഴിച്ചു.

അവന്റെ ഉമ്മ പച്ചക്കറി വിറ്റായിരുന്നു മൂന്ന് മക്കളെയും വളർത്തിയത്. വിനു ആദ്യമായി അവന്റെ ഉമ്മയെ കണ്ട കാര്യം ഓർത്തു.

സ്കൂളിൽ പോകുന്നില്ല എന്ന് പറഞ്ഞ് വീട്ടിൽനിന്ന ഷബീറിനെ വീട് മുതൽ സ്കൂള് വരെ തല്ലി.

അന്ന് വിനു അവനെ നിറഞ്ഞ കണ്ണുകളോടെയാണ് നോക്കിയത്. പതിയെ അവർ നല്ല സുഹൃത്തുക്കളായി.

പിന്നെ സ്കൂളിൽ പടർന്ന് കിടന്ന ചെമ്പരത്തിച്ചെടിയുടെ ചുവട്ടിൽ വച്ച് ആന കളിക്കുന്നത് പതിവായിരുന്നു.

വീട്ടിലെ ഒരേ ഒരു കുട്ടിയായ വിനുവിന്റെ മുഖത്ത് വരുന്ന പിണക്കവും പരിഭവവും വാത്സല്യം കൊണ്ട് പരിഹരിക്കുന്നത് ഷബീറായിരുന്നു.

കുട്ടിയാനയായ വിനുവിനെ മരത്തിന്റെ ചുവട്ടിൽ നിർത്തിയശേഷം ആഹാരം തേടി പോകുന്ന വലിയ ആനയായിരുന്നു ഷബീർ.

ഷബീറിന് ഒരു പ്രണയം ഉണ്ടായിരുന്നു. 2-ാം ക്ലാസിൽ പഠിച്ചിരുന്നപ്പോൾ. അത് അവൻ അവളോട് പറഞ്ഞിട്ടില്ല. അൻസിബ എന്നായിരുന്നു അവളുടെ പേര് ഒരു പാവം മുസ്ലീം കുട്ടി.

അവൾ പതിവായി ഷബീറിന് പലഹാരം കൊണ്ട് വന്ന് കൊടുക്കുമായിരുന്നു. അതിന്റെ ഒരു ഭാഗം വിനുവിന് കിട്ടുമായിരുന്നു. 4-ാം ക്ലാസിൽ പഠിക്കുന്ന സമയത്താണ് അവൾ സ്കൂൾ മാറി പോകുന്നത്. എന്നാൽ ഷബീറ് അവളെ ഇന്നും മറന്നിട്ടില്ല. അവൻ ജീവിക്കുന്നത് തന്നെ അവളുടെ ഓർമ്മകളിലാണ്.

6-ാം ക്ലാസിൽ പഠിക്കുന്ന സമയത്ത് ചില മാസികകളിൽ വരുന്ന നീലച്ചിത്രങ്ങൾ ക്ലാസിൽ കൊണ്ടുവന്ന് അതിനെക്കുറിച്ച് അടുത്ത് ഇരിക്കുന്നവരോട് വർണ്ണിക്കുന്നത് ഷബീറിന്റെ പതിവായിരുന്നു.

ഒരുദിവസം ടീച്ചർ അവനെ നീലച്ചിത്രങ്ങളോടൊപ്പം പിടികൂടി. പിന്നെ സ്കൂളിൽ അവന്റെ ഉമ്മ വന്ന് ക്ഷമ പറഞ്ഞ ശേഷമാണ് അവനെ

ക്ലാസിൽ കയറ്റിയത്.

ക്ലാസിലെ പെൺകുട്ടികൾക്ക് പതിയെ അവനോട് വെറുപ്പായി. അവന്റെ കൂടെ കൂടുന്നവരെവരെ ചീത്തക്കുട്ടികൾ എന്നാണ് പറയുന്നത്.

ആൺകുട്ടികളുടെ ഇടയിൽ ഷബീറിന് പുതിയ പേരുകൾ ഉണ്ടായി. തുണ്ട് ഷബീറ്, ഐസ്ക്രീം ഷബീറ്. അങ്ങനെ പലരും അവനെ പരിഹാസ കഥാപാത്രമാക്കി അവർ ചിരിക്കുമായിരുന്നു.

വിനുവിനെക്കുറിച്ച് ക്ലാസിൽ മുഴുവൻ നല്ല അഭിപ്രായമായിരുന്നു. ഷബീറിന്റെ കൂട്ടുകാരനായിട്ടും നല്ല കുട്ടി എന്നാണ് വിനുവിനെ പറയുന്നത്.

ഷബീറ് വിനുവിനോട് ഒരിക്കൽപോലും സെക്സിനെക്കുറിച്ച് സംസാരിച്ചിട്ടില്ലായിരുന്നു. ഷബീറിന്റെ ഒരു കുഞ്ഞ് അനിയൻതന്നെ ആയിരുന്നു വിനു.

നാല്

ഏഴാം ക്ലാസിൽ പഠിക്കുമ്പോൾ നടന്ന ലീഡർ ഇലക്ഷൻ അവന് മറക്കുവാൻ കഴിയാത്തതായിരുന്നു. ഷബീറായിരുന്നു അന്ന് നിർബ്ബന്ധിച്ചത്. നാമനിർദ്ദേശ പത്രിക പൂരിപ്പിച്ചത് വിദ്യ ആയിരുന്നു.

ക്ലാസിലെ മൂന്ന് കുട്ടികൾ ഇലക്ഷന് നിന്നു. ഋതുവും ദിൽഷയും വിനുവിന്റെ എതിർസ്ഥാനാർത്ഥികളായിരുന്നു.

പെൺകുട്ടികളുടെ ഇടയിൽ വിദ്യ വിനുവിനായി വോട്ട് ചോദിച്ചു. ആൺകുട്ടികളുടെ ഇടയിൽ ഷബീറും വോട്ട് യാചിച്ചു.

ജയിച്ചാൽ ദിൽഷയുടെ വാഗ്ദാനം ലഡുവും ജിലേബിയുമായിരുന്നു. ഋതുവും പറഞ്ഞു. എല്ലാ കുട്ടികൾക്കും ചോക്ലേറ്റ് വാങ്ങിക്കൊടുക്കുമെന്ന്.

വിനു വാഗ്ദാനങ്ങൾ ഒന്നും പറയാതെ മിണ്ടാതെ നിന്നപ്പോൾ രണ്ടാമത്തെ ബഞ്ചിൽ ഇരുന്ന വിദ്യ എഴുന്നേറ്റ് പറഞ്ഞു:

"വിനു ജയിച്ചാൽ എല്ലാ കുട്ടികൾക്കും ഞാൻ മിഠായി വാങ്ങി കൊടുക്കാം."

മുന്നിലത്തെ ബഞ്ചിൽ ഇരുന്ന ദിർഷ തിരിഞ്ഞ് വിദ്യയെ നീരസത്തോടെ നോക്കി.

ഇലക്ഷൻ ദിവസം വന്നു. ഒരു ചെറിയ കടലാസിൽ ഇഷ്ടമുള്ള സ്ഥാനാർത്ഥിയുടെ പേര് എഴുതി എല്ലാ കുട്ടികളും ടീച്ചറിന്റെ ഡസ്കിൽ കൊണ്ട് വച്ചു.

അലക്സായിരുന്നു കടലാസ് നിവർത്തി ടീച്ചറിന്റെ കൈയിൽ കൊടുത്തത്. ടീച്ചർ അതിനെ മൂന്നായി തരം തിരിച്ച് എണ്ണിയ ശേഷം പറഞ്ഞു:

"ആകെ 50 വോട്ട്. 30 വോട്ട്, വിനുവിന്, 15 എണ്ണം ഋതുവിനും ബാക്കി

5 വോട്ട് ദിൽഷയ്ക്കും."

ടീച്ചർ ക്ലാസിൽനിന്നും ഇറങ്ങിയ ഉടനെ വിദ്യ മിഠായി കവർ എടുത്ത് വിനുവിന്റെ നേർക്ക് നീട്ടി. ഷബീർ മിഠായി കവർ പിടിച്ചു വാങ്ങി എല്ലാ കുട്ടികൾക്കും വിതരണം ചെയ്തു. അന്നു മുതൽ ദിൽഷയും വിദ്യയും പരസ്പരം സംസാരിക്കുന്നത് ആരും കണ്ടിട്ടില്ല.

കുറച്ച് ദിവസങ്ങൾക്ക് ശേഷം ദിൽഷയും ക്ലാസിലെ സെക്കന്റ് ലീഡറായ ഋതുവും തമ്മിലെ പ്രണയം എല്ലാ കുട്ടികളും അറിഞ്ഞു.

എങ്ങനെയാണ് പ്രണയം തുടങ്ങിയത് എന്ന് ഋതു ആരോടും പറഞ്ഞില്ല. എന്നാൽ അവൻ സ്കൂളിലേക്ക് വരുമ്പോൾ ബാഗിൽ നല്ല കളർ പേന കൊണ്ട് എഴുതിയ പ്രണയ ലേഖനം. അടുത്ത കൂട്ടുകാർ നോക്കിയ ശേഷമായിരുന്നു ദിൽഷയ്ക്ക് കൊടുക്കുന്നത്.

ദിൽഷ മറുപടിയായി എഴുതുന്ന പ്രണയലേഖനവും ഋതുവിന്റെ കൂട്ടുകാർ വായിക്കുന്നത് പതിവായി.

ഒരിക്കൽ ദിൽഷയുടെ ബാഗിൽനിന്നും പ്രണയലേഖനം മോഷ്ടിച്ച് ആരോ ക്ലാസ് ടീച്ചറിന്റെ കൈയിൽ എത്തിച്ചു.

ദിൽഷയുടെ അച്ഛനെ വരുത്തി അദ്ദേഹത്തിന്റെ കൈയിൽ പ്രണയ ലേഖനം കൊടുത്തു. പിന്നെയുള്ള ദിവസങ്ങളിൽ ദിൽഷ ഋതുവിനോട് സംസാരിച്ചിട്ടില്ല. അത് ഋതുവിന്റെ മനസ്സിലെ വലിയ ഒരു മുറിവായി മാറി.

അടുത്തിരുന്ന അലക്സിനോട് ഋതു പറഞ്ഞു:

"ദിൽഷയുടെ ബാഗിൽനിന്നും ലൗലെറ്റർ മോഷ്ടിച്ചത് അവളാ, വിദ്യ."

ഇതുകേട്ട് വിനു മിണ്ടാതിരുന്നു. അലക്സ് പരിഹാസ സ്വരത്തിൽ പറഞ്ഞു.

"വിനുവിന് വിദ്യയെ ഇഷ്ടമുണ്ട്."

ഇതുകേട്ട ഷബീർ അലക്സിനെ തല്ലി. പിന്നെ രണ്ടു പേരും പരസ്പരം അടിയായി.

ഇത് കണ്ട വിദ്യ ക്ലാസ് ടീച്ചറിനോട് പറയുവാൻ സ്റ്റാഫ് റൂമിലേക്ക് പോയി. ടീച്ചർ ചൂരലുമായി ക്ലാസിനകത്തേക്ക് കയറിയപ്പോൾ ക്ലാസ് നിശ്ശബ്ദമായി.

ടീച്ചർ തല്ലിയത് വിനുവിനെയായിരുന്നു. ദേഷ്യത്തിൽ ടീച്ചർ പറഞ്ഞു:

"വിനു നിന്നെ എന്തിനാ ലീഡറാക്കി വെച്ചിരിക്കുന്നത്? ഇനി ഇങ്ങനെയൊന്നും ഉണ്ടാകരുത്."

ടീച്ചർ ക്ലാസിൽനിന്നും ഇറങ്ങിയപ്പോൾ നിറഞ്ഞത് ഷബീറിന്റെ കണ്ണുകളായിരുന്നു.

ആ വർഷത്തെ സ്കൂൾ യുവജനോത്സവത്തിന് വിനുവും പങ്കെടുത്തു. പ്രച്ഛന്നവേഷത്തിനു മാത്രമായിരുന്നു അവൻ മത്സരിച്ചത്.

ഒരു കർഷകന്റെ വേഷത്തിലായിരുന്നു അവൻ സ്റ്റേജിൽ കയറാനൊരുങ്ങിയത്. സ്വന്തം ഐഡിയയിലായിരുന്നു വേഷം കണ്ടെത്തിയത് അന്ന് രാവിലെ ഒരു പാള കണ്ടെത്തി. അച്ഛന്റെ സഹായത്തിൽ പാള ത്തൊപ്പി ഉണ്ടാക്കി ഒരു തോർത്തും മൺവെട്ടിയുമായി സ്കൂളിൽ എത്തി.

സ്റ്റേജിൽ പ്രച്ഛന്നവേഷ മത്സരത്തിന് ഒരുപാട് പേർ പങ്കെടുത്തു. ഗാന്ധിജിയും നെഹ്റുവും ചിലരുടെ വേഷങ്ങളായിരുന്നു.

വിനു ഒരു തോർത്ത് ഉടുത്ത് ഷർട്ടും പാന്റും മാറ്റി ദേഹത്ത് ചെളി വാരി പൂശി തലയിൽ പാളത്തൊപ്പി വച്ച് സ്റ്റേജിലേക്ക് കയറി വന്നു. തോളിൽ മൺവെട്ടിയും ഉണ്ടായിരുന്നു. കുറച്ച് നേരം സ്റ്റേജിൽനിന്ന ശേഷം പുറത്തേക്ക് ഇറങ്ങിവന്നപ്പോഴാണ് ഇന്ദുലാൽ സാറിനെ കാണുന്നത്.

തോളിൽ കൈകൊണ്ട് തട്ടിയശേഷം അദ്ദേഹം പറഞ്ഞു:

“നീയാണ് യഥാർത്ഥ കലാകാരൻ. നീ ഇനിയും ഒരുപാട് വളരും.”

അത് പറയുമ്പോഴും കൈയിൽ ചെളിപുരണ്ടതിന്റെ ഭാവം അദ്ദേഹത്തിന്റെ മുഖത്ത് അവൻ കണ്ടില്ല, പകരം വാത്സല്യത്തിന്റെ തിളക്കം കണ്ടു.

ആ നിമിഷം മുതൽ കാഴ്ചക്കാരും സ്റ്റേജും അവന് ലഹരിയായി. അവൻ ഒരു സ്വപ്നം കണ്ടു. സ്വന്തമായി കഥ എഴുതി സംവിധാനം ചെയ്യുന്ന ഒരു നാടകം.

സ്കൂളിലെ ടാപ്പുകളിൽ ആ സമയം വെള്ളം ഇല്ലായിരുന്നു അതുകൊണ്ട് വിനു ഷബീറിന്റെ ഒപ്പം അടുത്ത വീട്ടിൽ പോയി. ഋതുവിനെ വഴിയിൽ വച്ച് കണ്ട് അവനും കൂടെ കൂടി.

ഋതുവായിരുന്നു ആ വീട്ടിലെ കിണറ്റിൽനിന്നും വെള്ളം കോരിയത്. വിനു കുളിച്ച് ഷർട്ടും പാന്റും ധരിച്ച ശേഷമായിരുന്നു ഋതു വീട്ടിലേക്ക് പോയത്.

മത്സരത്തിന്റെ ഫലം വന്നപ്പോൾ വിനുവിന് ३-ാം സ്ഥാനത്ത് പോലും പേര് ഉണ്ടായിരുന്നില്ല.

ക്ലാസിലെ പലരും അവനെ പരിഹസിക്കുമായിരുന്നു. ആനി ഒരിക്കൽ അവനോട് പറഞ്ഞു:

“നിനക്ക് ഒരു ഉളുപ്പും ഇല്ലേ ഒരു തോർത്ത് ഉടുത്ത് സ്റ്റേജിൽ കയറാൻ.”

വിദ്യ ആ നേരം അവളോട് തർക്കിച്ചു.

“നിന്റെ മുഖം അപ്പോൾ ഞാൻ കണ്ടു. വാ തുറന്ന് അവനെ നന്നായി നോക്കിയല്ലോ നീ.”

പിന്നെ ഒരു പെൺകുട്ടിയും വിനുവിനെ പരിഹസിച്ച് ചിരിച്ചില്ല.

മത്സരത്തിന് സമ്മാനം കിട്ടിയോ എന്ന് അച്ഛനും അമ്മയും അവനോട് ചോദിച്ചില്ല. അച്ഛൻ വാത്സല്യത്തോടെ പറയുന്നത്,

"മക്കളേ എല്ലാ മത്സരത്തിനും പങ്കെടുക്കണം. സമ്മാനം കിട്ടിയോ ഇല്ലയോ എന്ന് നോക്കല്ല്."

വിനു ഒന്നു മൂളും. "ഉം.."

അല്പം ഗൗരവത്തിൽ അച്ഛൻ തുടർന്നു:

"നിനക്ക് ഇന്ന് കിട്ടുന്ന അവസരങ്ങൾ ഒന്നും നാളെ കിട്ടില്ല. അത് ഓർമ്മ വേണം."

അതിന്റെ അർത്ഥം അവന് മനസ്സിലാക്കാൻ കഴിഞ്ഞില്ല.

വായനയുടെ ലോകത്തിലേക്ക് പോകാൻ മോഹം തോന്നിയത് കൊണ്ട് നാട്ടിലെ വായനശാലയിൽ അംഗമാകാൻ തീരുമാനിച്ചു.

വായനശാലയിലെ കാര്യങ്ങൾ നോക്കുന്നത് വിദ്യ ആയതുകൊണ്ട് പെട്ടെന്ന് അംഗമാകാൻ പറ്റി.

നല്ല പുസ്തകങ്ങൾ വിനുവിന് വായിക്കുന്നതിനായി വിദ്യ തെരഞ്ഞ് വയ്ക്കുന്നത് പതിവായി. അങ്ങനെ അവന് നല്ല ഒരുപാട് പുസ്തകങ്ങൾ വായിക്കുന്നതിനായി കിട്ടി.

അഞ്ച്

9-ാം ക്ലാസിൽ പഠിക്കുമ്പോഴാണ് വിനുവിന്റെ അച്ഛൻ അവനെ ഇംഗ്ലീഷ് പഠിക്കാൻ ഒരു സാറിന്റെ അടുത്ത് കൊണ്ടുപോയത്.

ഞാറപ്പഴം വീണ മുറ്റത്തൂടെ നടന്നാണ് സാറിന്റെ വീട്ടിലേക്ക് പോകാൻ. സിമന്റ് പൂശി ചായമടിക്കാത്ത രണ്ട് നില വീട്ടിലായിരുന്നു സാറിന്റെ താമസം.

അദ്ദേഹം വിവാഹം കഴിച്ചിട്ടില്ല എന്ന് ഒരിക്കൽ അച്ഛൻ പറഞ്ഞറിഞ്ഞു. അറുപതിനടുത്തായിരുന്നു അദ്ദേഹത്തിന്റെ പ്രായം.

വീട്ടിലെ മുകളിലത്തെ നിലയിലായിരുന്നു അദ്ദേഹത്തിന്റെ താമസം. താഴെ മുഴുവൻ ഒറ്റ മുറിയായി അവിടെയാണ് ക്ലാസ്. തുറന്ന് കിടന്ന വാതിലിലൂടെ അവർ അത്ഭുതത്തോടെ ക്ലാസിന്റെ അകത്ത് കയറി. ചുമരിലെ ബെൽ സ്വിച്ചിൽ അച്ഛൻ വിരൽ അമർത്തിയപ്പോൾ മുകളിലത്തെ മുറിയിൽനിന്നും ശബ്ദം വന്നു.

"ദാ വരുന്നു അകത്ത് കയറി ഇരിക്ക്."

അച്ഛന്റെ ഒപ്പം വിനുവും അകത്ത് ബഞ്ചിൽ കയറി ഇരുന്നു. വിനു ചുമരിലേക്ക് നോക്കിയപ്പോൾ വെള്ള ചോക്ക് കൊണ്ട് ആരോ എഴുതിയത് അവൻ വായിച്ചു.

"പഠിച്ച് മാറിപ്പോകുന്ന കുട്ടികൾക്ക് പുനർ പ്രവേശനം ഇല്ല."

ബെഞ്ചും ഡസ്കും വിനു എണ്ണി. മൂന്ന് ബഞ്ച് പിന്നെ മൂന്ന് ഡസ്ക്. മുന്നിലത്തെ ഡസ്കിൽ സാറ് കുറച്ച് പുസ്തകങ്ങൾ അടുക്കി വച്ചിരുന്നു.

ക്ലാസിലെ ചുമരിന്റെ ജനൽ വയ്ക്കാനുള്ള ഭാഗം തുറന്നിട്ടിരുന്നു ആ ഭാഗത്തിലൂടെ ആയിരുന്നു ക്ലാസിലേക്ക് വെളിച്ചവും കാറ്റും വരുന്നത്.

ക്ലാസിന്റെ അറ്റത്തായിരുന്നു മുകളിലേക്ക് പോകാനും താഴേക്ക് വരുവാനുമുള്ള കോവണി.

മുകളിലത്തെ പടിയിൽനിന്നും സാറ് ചോദിച്ചു:

“ആരാ അത്?”

സാറ് താഴേക്ക് ഇറങ്ങി വന്നു. ഉടനെ ബഞ്ചിൽ ഇരുന്ന വിനുവും അച്ഛനും എഴുന്നേറ്റു. അവൻ സാറിനെ ശ്രദ്ധിച്ചു നോക്കി.

വെള്ള മുണ്ടും ഷർട്ടുമായിരുന്നു വേഷം. താടിയും മീശയും നരച്ചിരുന്നു. തലമുടിയിലും നരയുണ്ടായിരുന്നു.

അച്ഛനെ നോക്കി ചിരിച്ചശേഷം സാറ് ചോദിച്ചു. “എന്താ, ഇവിടെ പതിവില്ലാതെ.”

നെറ്റി ചുളിച്ച് അച്ഛൻ പറഞ്ഞു: “ഇവന് സാറ് കുറച്ച് ഇംഗ്ലീഷ് പറഞ്ഞു കൊടുക്കണം.”

ചിരിച്ച ശേഷം സാറ് സ്വരം ഉയർത്തി: “ഇവന് കൂടുതൽ ഇംഗ്ലീഷ് പറഞ്ഞ് കൊടുക്കാം.”

അച്ഛൻ അല്പം മടിയോടെ ചോദിച്ചു.

“ഫീസ് എത്രയാ?”

അല്പസമയത്തെ മൗനത്തിന് ശേഷം സാറ് വിനുവിന്റെ കവിളിൽ തലോടിയ ശേഷം പറഞ്ഞു:

“നീ ഉള്ളത് താ. ഇവനെ നന്നായി പഠിപ്പിച്ചാൽ പോരേ?”

സാറിനെ നോക്കി തലയൊന്നു കുലുക്കിയ ശേഷം അച്ഛൻ ഇറങ്ങി നടക്കുന്നത് അവൻ നോക്കിയിരുന്നു.

ഞാറപ്പഴം വീണ മുറ്റത്തൂടെ നടന്നപ്പോൾ തറയിൽ കിടന്ന ഞാറപ്പഴം ചതഞ്ഞ് അരഞ്ഞ് മണ്ണിനോട് ചേരുന്നുണ്ടായിരുന്നു.

സാറ് ഒരു പുഞ്ചിരിയോടെ വിനുവിന്റെ അടുത്ത് വന്ന് ഇരുന്നു. വിനുവിന്റെ ബുക്ക് വാങ്ങിയ ശേഷം പറഞ്ഞു:

“നന്നായി പഠിച്ച് നല്ല ജോലി വാങ്ങണം കേട്ടോ?”

അവൻ ഒന്ന് മൂളി.

“ഉം.”

തുറന്ന് നോക്കിയ പുതിയ ബുക്ക് അവന്റെ കൈയിൽ കൊടുത്ത ശേഷം സാറ് പറഞ്ഞു:

“നീ എന്നും രാവിലെ 7.00 മണിക്ക് വരണം. ആ സമയത്താണ്

നിന്റെ തരക്കാരായ കുട്ടികൾ വരുന്നത്. അവരുടെ ഒപ്പം ഇരുന്ന് പഠിച്ചാലേ നിനക്ക് ഒരു രസമുണ്ടാവൂ."

പോക്കറ്റിൽനിന്നും പേന എടുത്ത് ബുക്കിനകത്ത്വച്ച ശേഷം അവൻ ചോദിച്ചു:

"ഇന്ന് സാറ് പഠിപ്പിക്കില്ലേ?"

വിനുവിന്റെ ബുക്കും പേനയും വാങ്ങിയ ശേഷം അദ്ദേഹം കുറച്ച് വാക്കുകൾ എഴുതി. വിനു ആകാംക്ഷയോടെ ചോദിച്ചു.

"സാർ എന്തിനാ ഇത് എഴുതുന്നത്." ഒരു പുഞ്ചിരിയോടെ അദ്ദേഹം പറഞ്ഞു.

"നാളെ വരുമ്പോൾ ഇതെല്ലാം പത്ത് പ്രാവശ്യം എഴുതി വരണം."

സാറ് എഴുതിയ ബുക്ക് വാങ്ങി അവൻ സാറിനോട് യാത്ര പറഞ്ഞ് പുറത്തേക്ക് ഇറങ്ങി.

ഉടൻ ഒരു ഞാറപ്പഴം അവന്റെ മുന്നിൽ വീണു. അവൻ ആ ഞാറപ്പഴം എടുത്ത് മണ്ണ് കളഞ്ഞ് നാക്കിൽ വച്ച് നുണഞ്ഞു.

പിന്നെയും കാറ്റിൽ കുറച്ച് ഞാറപ്പഴം വീണു. അത് ശ്രദ്ധിക്കാതെ അവൻ വീട്ടിലേക്ക് നടന്നു.

അടുത്തദിവസം രാവിലെ ക്ലാസിലേക്ക് എത്തിയ വിനു കാണുന്നത് ഞാറമരത്തിന്റെ ചുവട്ടിൽ നില്ക്കുന്ന കുറച്ച് കുട്ടികളെയാണ്.

അവൻ അത്ഭുതത്തോടെ അവരെ നോക്കി. മൂന്ന് ആൺകുട്ടികളും പിന്നെ നാല് പെൺകുട്ടികളും. അവരെ ശ്രദ്ധിക്കാതെ അവൻ ക്ലാസിൽ കയറി ഇരുന്നു.

സാറ് താഴേക്ക് പടി ഇറങ്ങിവന്നപ്പോൾ ഒറ്റയ്ക്കിരുന്ന വിനുവിനെ ശ്രദ്ധിച്ചു. ഒരു പുഞ്ചിരിയോടെ അദ്ദേഹം അവനോട് ചോദിച്ചു:

"പുതിയ കൂട്ടുകാരെ പരിചയപ്പെട്ടോ?"

അല്പം ഭയത്തോടെ അവൻ പറഞ്ഞു.

"ഇല്ല. ഞാൻ ഇപ്പോൾ വന്നതേയുള്ളൂ."

സാറ് വിനുവിന്റെ കൈ പിടിച്ച് പുറത്തേക്ക് ഇറങ്ങി ഞാറമരത്തിന്റെ ചുവട്ടിൽവച്ച് അവനെ എല്ലാവർക്കും പരിചയപ്പെടുത്തി.

"ഇത് വിനു. ഇനി നിങ്ങളുടെ കൂട്ടത്തിൽ ഇവനെയും കൂട്ടാം."

കൂട്ടത്തിൽ ഉണ്ടായിരുന്ന ഒരു പെൺകുട്ടി അലസമായി പറഞ്ഞു:

"ഇവൻ ആൾക്കാരുടെ മുഖത്ത് നോക്കട്ടെ, ആദ്യം."

സാറിന്റെ സ്വരത്തിൽ ദേഷ്യം ഉണ്ടായിരുന്നു.

"മതി. അകത്ത് കയറി ഇരിക്ക്."

എല്ലാ കുട്ടികളും ക്ലാസിൽ കയറി ഇരുന്നു. വിനുവും അവരുടെ ഒപ്പം ഉണ്ടായിരുന്നു.

പെൺകുട്ടികൾ മുന്നിലത്തെ ബഞ്ചിലും ആൺകുട്ടികൾ രണ്ടാമത്തെ ബഞ്ചിലും ഇരുന്നു.

സാറ് കുട്ടിയെ നോക്കിയ ശേഷം പറഞ്ഞു:

"സിലു നീ മുകളിൽ പോയി വെള്ളക്കസേര എടുത്തിട്ട് വാ."

മുകളിലേക്ക് ഓടിക്കയറിയ ശേഷം അവൻ കസേരയുമായി താഴേക്ക് വന്നു. സാറിന്റെ അടുത്ത് എത്തിയ ഉടനെ സിലു കസേര താഴെ ഇട്ടു. സാറ് അല്പം ദേഷ്യത്തോടെ പറഞ്ഞു.

"നീ ഇന്നും കസേരയിൽ തലയിൽ ഇരുന്ന എണ്ണ മുഴുവനുമാക്കി അല്ലേ?"

മുന്നിലത്തെ ബഞ്ചിൽ ഇരുന്ന ഒരു പെൺകുട്ടി സിലുവിന്റെ നേർക്ക് ബുക്കിൽ നിന്നു ഒരു പേപ്പർ എടുത്ത് നീട്ടി. അവൻ അത് വാങ്ങി കസേര തുടച്ചു.

വിനുവിന്റെ അടുത്തിരുന്ന ജോസ് അല്പം പരിഹാസത്തിൽ പറഞ്ഞു.

"ഇങ്ങേരിക്ക് എണ്ണ ആകാതെ കസേര പോയി എടുത്താൽ എന്താ?"

കസേരയിൽ ഇരുന്നശേഷം അദ്ദേഹം വിനുവിനോട് ചോദിച്ചു:

"നീ നോട്ട് എങ്ങനെ എഴുതും?"

ഉടൻ മുന്നിലിരുന്ന ഒരു പെൺകുട്ടി പറഞ്ഞു.

"സാർ, ഞാൻ കൊടുക്കാം."

സാറ് കുറച്ച് നേരത്തെ മൗനത്തിനു ശേഷം അവളോട് ചോദിച്ചു.

"മരിയ നീ ഇന്നലത്തെ നോട്ട് എഴുതി എടുത്തോ?"

നെറ്റിയിൽ നഖം കൊണ്ട് ചൊറിഞ്ഞ ശേഷം അവൾ പറഞ്ഞു:

"ഇല്ല സാർ. ഞാൻ എഴുതാം."

സാറ് ഒന്ന് മൂളിയശേഷം പറഞ്ഞു:

"ഉം... നീ വേണമെങ്കിൽ എഴുത്."

പിന്നെ അവൾ തല കുനിച്ച് ഇരുന്നു. അവളെ വഴക്കുപറയുന്ന നേരത്ത് വിനു അടുത്തിരുന്ന സിലുവിന്റെ മുഖത്ത് നോക്കുന്നുണ്ടായിരുന്നു.

ദേഷ്യവും വിഷമവും വന്ന് പോകുന്നത് പ്രത്യേകം ശ്രദ്ധിച്ചു. സിലുവുമായി വിനു പെട്ടെന്ന് തന്നെ സൗഹൃദത്തിലായി.

സിലുവും മരിയയും തമ്മിലുള്ള പ്രണയത്തെക്കുറിച്ച് വിനുവിനോട് പറയുന്നത് ജോസായിരുന്നു. കുറച്ച് നേരത്തെ ഇംഗ്ലീഷ് ഗ്രാമർ ക്ലാസിന് ശേഷം സാറ് മുകളിലേക്ക് കയറി നിന്ന് വിളിച്ചു:

"ജോസേ കയറി വാ..."

ജോസ് ഒരു പുഞ്ചിരിയോടെ മുകളിലേക്ക് പോയി. ഒരു ഒഴിഞ്ഞ ബക്കറ്റുമായി വന്നു. അവന്റെ ഒപ്പം വിനുവും കൂടി. അടുത്ത വീട്ടിൽ

നിന്നും ബക്കറ്റ് നിറയെ വെള്ളവുമായി ക്ലാസിലേക്ക് കയറിയപ്പോൾ സിലു പതിയെ മരിയയുടെ കാതിൽ എന്തോ സംസാരിക്കുന്നത് കണ്ടു.

വിനു വന്ന് ബഞ്ചിൽ ഇരുന്നപ്പോൾ മരിയ പെട്ടെന്ന് തിരിഞ്ഞിരുന്ന് നോട്ട് എഴുതാൻ തുടങ്ങി.

ക്ലാസ് കഴിഞ്ഞ് എല്ലാ കുട്ടികളും ഞാറമരത്തിന്റെ ചുവട്ടിൽനിന്ന് സംസാരിച്ച ശേഷമായിരുന്നു പിരിഞ്ഞ് പോകുന്നത്.

ഞാറപ്പഴം പറിക്കുന്നതിന് ഞാറമരത്തിൽ വലിഞ്ഞ് കയറുന്നത് ജോസായിരുന്നു.

എല്ലാ ഞാറപ്പഴവും ഒന്നിച്ച് വച്ച ശേഷം പകുത്ത് കൊടുക്കുന്നത് സാറായിരുന്നു. അന്ന് കിട്ടിയ ഞാറപ്പഴം ഷർട്ടിന്റെ പോക്കറ്റിൽ ഇട്ടു കൊണ്ടായിരുന്നു വിനു വീട്ടിലേക്ക് പോയത്.

വെള്ള ഷർട്ട് ആയതുകൊണ്ട് പോക്കറ്റ് മുഴുവൻ വയലറ്റ് കളറായി ഒരുപാട് വിഷമത്തോടെ ആയിരുന്നു അവൻ ഷർട്ടിലേക്ക് നോക്കിയത്.

ആ ഏപ്രിലിൽ വിനുവിന്റെ വീട്ടിലെ കണിക്കൊന്ന ഒരുപാട് പൂത്തു ലഞ്ഞു. വിഷുവിന്റെ തലേ ദിവസം അടുത്ത വീട്ടിൽനിന്നും ഒരുപാട് പേർ പൂവിനായി വന്നു.

അവർ പൂക്കളെല്ലാം അടർത്തിക്കൊണ്ടുപോകുന്നത് കണ്ടപ്പോൾ അവന് അവരോട് ദേഷ്യം തോന്നി. പൂക്കളുടെ സൗന്ദര്യം ചെടിയിൽ നില്ക്കുമ്പോഴാണെന്നവന് തോന്നി.

ചെടിയിൽനിന്നും പൂവ് അടർന്ന് വീണാൽ അത് പിന്നെ ശവം പോലെയായി എന്നാണ് അവന്റെ വിശ്വാസം.

അച്ഛൻ പറയുന്നത്. "പൂക്കളും മരങ്ങളും എല്ലാർക്കും ഉള്ളതാണ്. ഉടമ കാരണം അതിന്റെ ഫലം കിട്ടാതെ ആരെങ്കിലും കരഞ്ഞാൽ അത് പിന്നെ കായ്ക്കുകയും പൂക്കുകയും ഇല്ല."

വിഷുവിന് അവന്റെ വീട്ടിൽ കണിവച്ചു. അടുത്ത് എവിടെയൊക്കെയോ പോയി കശുമാങ്ങ, ചെറിയ ചക്ക, ഒരു കൊച്ച് മാങ്ങ, പിന്നെ കുറച്ച് കണിക്കൊന്ന പൂക്കളും.

വീട്ടിൽ ഒറ്റ മകനായതുകൊണ്ട് വീട്ടിലെ ആഘോഷങ്ങളിൽ അവൻ ഒറ്റയ്ക്കായിരുന്നു. അതിൽ അവന് ഒരിക്കലും സങ്കടം ഉണ്ടായിരുന്നില്ല.

ആ വിഷുവിന് അച്ഛനും അമ്മയും കൊടുത്ത കൈനീട്ട പൈസ അവൻ എണ്ണി നോക്കി. അച്ഛൻ പത്ത് രൂപ അമ്മ അഞ്ച് രൂപ.

ഇംഗ്ലീഷ് ക്ലാസിന് പോകുന്ന വഴിക്ക് ചായക്കടയിൽ കയറി പല ഹാരം നിറഞ്ഞിരിക്കുന്ന അലമാരയിൽ, വയറ് നിറയെ ഉമിനീരുമായി, നോക്കിയ ശേഷം ഒരു നെയ്യപ്പം എടുത്ത് കഴിച്ചു.

ചായയ്ക്ക് പകരം മേശപ്പുറത്ത് ജെഗ്ഗിൽ ഇരുന്ന ചൂട് വെള്ളമായിരുന്നു അവൻ കുടിച്ചത്. നെയ്യപ്പത്തിന്റെ വിലയായ അഞ്ച് രൂപ കൊടുത്ത

ശേഷം അവൻ പുറത്തേക്ക് ഇറങ്ങി. പോക്കറ്റിൽ ഇരിക്കുന്ന പത്ത് രൂപ അവന് പ്രതീക്ഷയായിരുന്നു. ഇനി രണ്ട് ദിവസം നെയ്യപ്പം വാങ്ങി കഴിക്കാം.

ഇംഗ്ലീഷ് സാറിന്റെ വീട്ടിൽവച്ചാണ് അവൻ ആദ്യമായി ഫേസ് ബുക്ക് കാണുന്നത്. സിലുവിന്റെ മൊബൈൽ ഫോണിൽ. ക്ലാസിൽ ആ നേരം വിനുവും സിലുവും മാത്രമാണ് ഉണ്ടായിരുന്നത്.

സിലു രാത്രികളിൽ ചാറ്റ് ചെയ്ത മെസേജുകൾ വിനുവിന് കാണിച്ച് കൊടുത്തു. അതിൽ മരിയയോടുള്ള ചാറ്റ് മെസേജുകൾ നോക്കിയിരുന്ന അവനോട് സിലു പതിഞ്ഞ സ്വരത്തിൽ, “നീ ഇതൊന്നും ആരോടും പറയരുത്.”

അവൻ പറഞ്ഞു. “നോക്കാം.”

മൊബൈലിലെ ഇന്റർനെറ്റ് അവന് അത്ഭുതമായിരുന്നു. വിരൽതുമ്പ് പറയുന്നത് എല്ലാം സ്ക്രീനിൽ വരും.

നെഞ്ചിടിപ്പോടെ അവൻ ഓരോ ചിത്രങ്ങളും വീഡിയോകളും കണ്ടപ്പോൾ ആ മൊബൈൽ ഫോൺ മോഷ്ടിച്ച് കൊണ്ട് പോയി ഒരുപാട് നീലച്ചിത്രങ്ങൾ തെരയുവാൻ അവന് തോന്നി.

ഉടൻ മരിയ വരുന്നത് കണ്ട് വിനു കൈയിൽ ഇരുന്ന മൊബൈൽ ഫോൺ സിലുവിന്റെ കൈയിൽ കൊടുത്തു.

മരിയ ബഞ്ചിൽ ഇരുന്ന ശേഷം പിറകിലേക്ക് നോക്കി സിലുവിനോട് പറഞ്ഞു:

“ഈ ഫേസ്ബുക്ക് മടുത്തു. ചില അവന്മാരുടെ ഒലിപ്പീര്.... നേരിൽ കാണുമ്പോൾ മാന്യൻ. ഫേസ്ബുക്കിലാണ് സഹിക്കാൻ പറ്റാത്തത്.”

വിനു സിലുവിന്റെ തോളിൽ കൈ വച്ച ശേഷം പറഞ്ഞു:

“ഇവനാണോ നിന്റെ ശല്യം.”

സിലു ദേഷ്യത്തിൽ വിനുവിനെ നോക്കി. മരിയ വിനുവിനോട് ചോദിച്ചു:

“നിനക്ക് ഫേസ് ബുക്കില്ലേ.”

സാറ് മുകളിൽ നിന്നും പടി ഇറങ്ങി വരുന്നത് കണ്ട് മരിയ തിരിഞ്ഞ് ഇരുന്നു.

സാറ് വന്ന ഉടനെ ഡസ്കിന്റെ പുറത്തിരുന്ന ഗ്രാമർ പുസ്തകം തുറന്നപ്പോൾ നീന വാതിലിന്റെ അടുത്ത് ഭയത്തോടെ നില്ക്കുകയായിരുന്നു.

എന്നാൽ ആ നേരം സാറ് അവളോട് വാത്സല്യത്തോടെ പറഞ്ഞു:

“എന്താ? അകത്ത് കയറി ഇരിക്ക്.”

അവൾ സന്തോഷത്തോടെ മരിയയുടെ അടുത്ത് പോയി ഇരുന്നു. ക്ലാസ് കഴിഞ്ഞപ്പോൾ വിനു പെട്ടെന്ന് വീട്ടിലേക്ക് പോയി. ഫേസ്ബു

ക്കിനെ കുറിച്ച് അന്നുതന്നെ ഒരു കൊച്ച് കഥ എഴുതുവാനായിരുന്നു അവൻ ഓടിയത്.

ഫേസ്ബുക്ക് ഫ്രണ്ട്

സ്കൂളിൽനിന്നും വൈകി വീട്ടിൽ എത്തിയ അവൾ ബാഗ് ഊരി നിലത്തിട്ടശേഷം കമ്പ്യൂട്ടർ ഓൺ ചെയ്തു. ഫേസ്ബുക്ക് അക്കൗണ്ട് തുറന്നു.

ഇന്നലെ അവനുമായി ചാറ്റ് ചെയ്ത സന്ദേശങ്ങൾ നോക്കിയശേഷം അവന്റെ ഫേസ്ബുക്ക് വാളിലേക്ക് പോയി. അതിൽ അവന്റെ മനോഹര മായ ചിത്രത്തിന്റെ മുകളിൽ ആദരാഞ്ജലികൾ എന്ന് കണ്ടപ്പോൾ ആ ചിത്രത്തിന് അവൾ ലൈക്ക് ഇട്ടു. ഒപ്പം "RIP Fool" എന്ന് കമന്റും.

രാത്രിയിൽ ഉറക്കം വരാതെ കിടന്നപ്പോൾ എണീറ്റ് ഫേസ്ബുക്കിൽ കയറി. ഉടൻ അപരിചിതനായ ഒരാളുടെ മെസേജ് കണ്ട് അവൾ അവ നുമായി ചാറ്റ് ചെയ്യാൻ തുടങ്ങി. സംസാരിച്ചിരുന്ന് ഉറങ്ങിയത് അവൾ അറിഞ്ഞില്ല.

രാവിലെ അവനോട് ഗുഡ്മോർണിങ് പറഞ്ഞ് പുതിയ പ്രണയവും സൗഹൃദവും തുടങ്ങി.

ആറ്

കട്ടിലിൽ തിരിഞ്ഞും മറിഞ്ഞും കിടന്ന് *ചെമ്മീൻ* എന്ന നോവൽ വായിച്ചുകൊണ്ടിരുന്നപ്പോൾ തലവേദന തോന്നി. ഇനി വായിക്കാനുള്ള പേജുകൾ എണ്ണി ദീർഘനിശ്വാസം വിട്ടു.

അടുക്കളയിൽ അച്ഛന്റെ ശബ്ദം കേട്ടപ്പോൾ വിനു അത് ശ്രദ്ധിച്ചു.

"മോന്റെ കൂടെ പഠിക്കുന്ന ഒരു കുട്ടി മരിച്ചു. അവന്റെ ഇംഗ്ലീഷ് സാറ് അവിടെ പോകാൻ പറഞ്ഞു അവനോട്."

ഞെട്ടലോടെ അവൻ അടുക്കളയിലേക്ക് നടന്നു. ആകാംക്ഷയോടെ അച്ഛനോട് ചോദിച്ചു.

"ആരാ മരിച്ചത്?"

അച്ഛൻ മടിക്കെട്ടിൽനിന്നും ബീഡി എടുത്ത് ചുണ്ടിൽ വച്ച് കത്തിച്ച ശേഷം പറഞ്ഞു:

"ഫ്രൂട്സ് കട മുതലാളിയുടെ മോളാ മരിച്ചത്."

"മരിയ, അവളാണോ?"

അച്ഛൻ ദേഷ്യത്തിൽ പറഞ്ഞു.

"നീ വേഗം പോ എല്ലാരും അവിടെ നിന്നെ നോക്കിയാണ് നില്ക്കു ന്നത്. വേഗം പോ."

സാറിന്റെ വീട്ടിൽ എത്തിയ വിനു ഞാറമരത്തിലേക്ക് നോക്കി. മരത്തിൽ നിന്നും ഒരുപാട് ഞാറപ്പഴം കൊഴിഞ്ഞ് പോയത് പോലെ അവന് തോന്നി.

ക്ലാസിന്റെ അകത്ത് കയറിയപ്പോൾ അവൻ എല്ലാരെയും ഒന്ന് നോക്കി. മരിയയുടെ കുറവ് ആ ക്ലാസിൽ അനുഭവപ്പെട്ടു.

സിലു അന്ന് നിറഞ്ഞ കണ്ണുകളോടെ ആയിരുന്നു നടന്നത്. സാറിന്റെ വീട്ടിൽനിന്നും രണ്ടു കി മീ അപ്പുറത്താണ് മരിയയുടെ വീട്.

അടച്ചിരുന്ന ഒരു ഫ്രൂട്സ് കടയുടെ മുന്നിൽ വച്ച് നീന പറഞ്ഞു:

"ഇതാണ് മരിയയുടെ അച്ഛന്റെ ഫ്രൂട്സ് കട. എന്നും ക്ലാസ് കഴിഞ്ഞ് വീട്ടിലേക്ക് നടക്കുമ്പോൾ കടയിൽനിന്നും മുന്തിരിപ്പഴം മോഷ്ടിച്ച് അത് കഴുകാതെ വഴിയിലൂടെ കഴിച്ചുകൊണ്ട് നടക്കുന്നത് പതിവായിരുന്നു."

ദൂരെ ഒരു ഗേറ്റിന്റെ മുന്നിൽ കറുത്ത കൊടി കണ്ടു. വഴിയിൽ ഒരു പോസ്റ്റിന്റെ ചുവട്ടിൽ എത്തിയപ്പോൾ നീന നിറഞ്ഞ കണ്ണുകൾ തുടച്ച ശേഷം പറഞ്ഞു.

"ഫ്രൂട്സ് കഴിച്ച് വരുമ്പോൾ ഇവിടെവച്ചാ അവൾ തലകറങ്ങി വീണത്."

ഗേറ്റിനകത്ത് കയറിയപ്പോൾ വീടിന് മുന്നിൽ നല്ല ഭംഗിയുള്ള കട്ടിലിൽ മരിയയുടെ ശരീരം റീത്തുകൾ കൊണ്ട് നിറഞ്ഞിരുന്നു.

പൊട്ടിക്കരഞ്ഞ സിലുവിനെ സാറ് നെഞ്ചോടെ ചേർത്ത് പിടിച്ചു. ആ നേരം സാറിന്റെ താടിയിൽ ജലത്തുള്ളികൾ ഉണ്ടായിരുന്നു. കണ്ണും നിറഞ്ഞിരുന്നു. അവിടെ ചന്ദനത്തിരിയുടെ ഗന്ധം പടർന്നു.

അപരിചിതനായ ഒരാളുടെ ചോദ്യം വിനു ശ്രദ്ധിച്ചു.

"എപ്പോഴാണ് ബോഡി എടുക്കുന്നത്?"

അടുത്തുനിന്ന മറ്റൊരാൾ പറഞ്ഞു: "ആംബുലൻസ് ഇപ്പോൾ വരും."

മരിയയുടെ അമ്മ അവളുടെ അടുത്ത് ഇല്ലായിരുന്നു. അവളുടെ അച്ഛൻ കരയാതെ അവളെ നോക്കി ഇരുന്നു. അടുത്ത് അപരിചിതരായ രണ്ട് പേർ ഉണ്ടായിരുന്നു.

കുറച്ച് നേരത്തിന് ശേഷം ആംബുലൻസ് ഗേറ്റിന് മുന്നിൽ വന്നു. അവളുടെ മൃതദേഹം എടുക്കാൻ നേരത്ത് രണ്ട് സ്ത്രീകൾ അവളുടെ അമ്മയെ പുറത്ത് കൊണ്ടു വന്നു.

തലകറങ്ങി വീണ അമ്മയെ അവർ അകത്ത് കൊണ്ടുപോയി. അവളുടെ ശരീരം നാലുപേരുടെ ചുമലിൽ ഉയർന്നപ്പോൾ അച്ഛൻ നിലവിളിച്ച് കരഞ്ഞു.

ആംബുലൻസിൽ അവളുടെ അച്ഛൻ കരഞ്ഞുകൊണ്ട് കയറി. വിനു ഗേറ്റിന്റെ അടുത്ത് നിന്ന് അവർ പോകുന്നത് നോക്കി നിന്നു.

രാത്രിയിൽ അവൻ ഇരുന്ന് ഒരു കഥ എഴുതി. മനസ്സിലെ വേദന അകറ്റുവാനായിരുന്നു ആ എഴുത്ത്.

നിലാസന്ധ്യ

നിലാവ് വീണ മുറ്റത്തൂടെ നടന്ന് അവൾ അടുത്തുള്ള പാലമരത്തിന്റെ ചുവട്ടിൽ എത്തി, പല കഥകളും അവളെ ഭയപ്പെടുത്തിയിട്ടുണ്ടെങ്കിലും ആ നേരം അവൾക്ക് ഭയം തോന്നിയില്ല. പാലമരത്തിന്റെ ചുവട്ടിൽ അവൾ ഇരുന്നപ്പോൾ ഒരു കാറ്റ് വീശി. ആ കാറ്റിൽ അവളുടെ ആയിരം പൂർവ്വികരുടെ കൈകൾ ഉണ്ടായിരുന്നു. ആ കൈകൾ അവളുടെ ആത്മാവുമായി മുകളിലേക്ക് ഉയർന്നു.

പുലരിയിൽ ആ വീട്ടിലേക്ക് ഒഴുകി എത്തിയത് അവളുടെ ശവം എരിഞ്ഞ ദുർഗ്ഗന്ധമായിരുന്നു.

ഏഴ്

പത്താം ക്ലാസിലെ ഓണാഘോഷത്തിന്റെ ഭാഗമായുള്ള പൂക്കള മത്സരത്തിന് വിനുവിന്റെ ക്ലാസിലും പൈസ പിരിച്ചു. പൈസ ശേഖരിക്കുന്നതും സൂക്ഷിക്കുന്നതും ഋതുവായിരുന്നു. എല്ലാ കുട്ടികളും നൂറ് രൂപ വീതം കൊടുത്തപ്പോൾ വിനു ഇരുപത് രൂപ ആയിരുന്നു കൊടുത്തത്.

ഋതു പിണക്കവും പരിഭവവും ഇല്ലാതെയാണ് വിനു കൊടുത്ത കാശ് വാങ്ങിയത്. പൂക്കള മത്സരത്തിന് രാവിലെ തന്നെ വിനു ക്ലാസിൽ എത്തി.

ആ നേരം വിഭുവും അലക്സും പൂക്കളത്തിന്റെ ഡിസൈൻ വരയ്ക്കുന്നുണ്ടായിരുന്നു. ക്ലാസിന്റെ ഒരു വശത്ത് അടുത്തായി നിരത്തി ഇട്ടിരുന്ന ഡസ്കിൽ പൂക്കൾ നിരത്തി ഇട്ട് പെൺകുട്ടികൾ പൂക്കൾ മുറിച്ചിട്ടു.

അലക്സും ഷബീറും ആനിയുടെ സൈക്കിളുംകൊണ്ട് തുമ്പപ്പൂ ശേഖരിക്കുവാൻ പോയി. പെൺകുട്ടികൾ മുറിച്ചിട്ട പൂക്കളുമായി ഋതു പൂക്കളം നിറയ്ക്കുവാൻ തുടങ്ങിയപ്പോഴാണ് റിയ ക്ലാസിലേക്ക് കയറി വന്നത്.

അവളുടെ കൈയിൽ മൊബൈൽ ഫോൺ ഉണ്ടായിരുന്നു. ആനിയുടെ അടുത്തിരുന്ന അവളുടെ മൊബൈൽ ഫോൺ ആനി നോക്കിയ ശേഷം അവൾക്ക് കൊടുത്തു.

റിയ കൈയിലെ മൊബൈൽ ഫോണിൽ പൂക്കളത്തിന്റെ ചിത്രം എടുത്തു. ക്യാമറാകണ്ണുകൾ വിനുവിന്റെ നേർക്ക് പലപ്പോഴുമായി തുറന്നു.

വിനുവിന്റെ മുഖത്ത് അവളോടുള്ള അകല്ച്ച നിഴലിച്ചിരുന്നു.

അവളെ നോക്കാതിരിക്കാൻ അവൻ ശ്രമിച്ചു.

വരാന്തയിലൂടെ നടന്ന വിമല ടീച്ചർ ജനാലയിലൂടെ റിയയെ കണ്ട് ക്ലാസിൽ കയറി. അവളുടെ വേഷം ചുവന്ന ലെഗ്ഗിൻസും ടീഷർട്ടുമായിരുന്നു.

ടീച്ചർ ദേഷ്യത്തിൽ അവളോട് പറഞ്ഞു:

"റിയേ ഈ കോലത്തിൽ ഇവിടെ വരരുത് എന്ന് നിന്നോട് പറഞ്ഞില്ലേ ഇറങ്ങി പോ. നല്ല ഡ്രസ് ഇട്ട് വാ...."

"ടീച്ചർ ഷൂട്ട് നടക്കുവാ ഞാൻ ഇപ്പോൾ പോകാം. കുറച്ച് നേരം ഇരുന്നോട്ടെ."

ടീച്ചർ ഒന്നു മൂളി. "ഉം."

വിനു അല്പം ഭയത്തോടെയാണ് ടീച്ചറിന്റെ മുഖത്ത് നോക്കിയത്. ടീച്ചർ അവരെ നോക്കി പുഞ്ചിരിച്ച ശേഷമായിരുന്നു പുറത്തേക്ക് പോയത്.

ഋതു കണ്ണുകൾ കൊണ്ട് റിയയുടെ ശരീരത്തിൽ എന്തൊക്കെയോ തിരഞ്ഞു. വെറുപ്പോടെയാണ് റിയ ഋതുവിന്റെ മുഖത്ത് നോക്കിയത്.

വിനുവിന്റെ കണ്ണുകൾ അവൾ എപ്പോഴോ ആഗ്രഹിച്ചു. അവന്റെ കണ്ണുകളിൽ നോക്കി കുറച്ച് നേരം നില്ക്കുവാൻ അവൾക്ക് മോഹം തോന്നി.

ഇന്ദുലാൽ സാറ് ക്ലാസിന്റെ അകത്ത് കയറിയ ഉടനെ റിയയുടെ മുഖത്ത് നോക്കി ചിരിച്ച ശേഷം പറഞ്ഞു:

"സിനിമയിൽ അഭിനയിച്ച നായിക വന്നോ?"

അടുത്ത് നിന്ന ആനി പുഞ്ചിരിയോടെ പറഞ്ഞു:

"ഇവൾ ഇനി വലിയ നടിയാ. അടുത്ത സിനിമയുടെ ഷൂട്ടിങ് ഉടനെ തുടങ്ങും."

ആനി സംസാരിച്ചു കഴിഞ്ഞപ്പോൾ റിയ ആദ്യം നോക്കിയത് വിനുവിന്റെ മുഖത്തായിരുന്നു.

ഷബീറ് ഒരു പേപ്പറിൽ കുറച്ച് തുമ്പപ്പൂവുമായി ക്ലാസിന്റെ അകത്തേക്ക് വന്നു. പിറകെ അലക്സ് ഒരു കൈയിൽ വാഴയിലയും അടുത്ത കൈയിൽ തെങ്ങിൻപൂവും കൊണ്ടായിരുന്നു ക്ലാസിലേക്ക് കയറിയത്.

വിനു ഷബീറിന്റെ ഒപ്പം അടുത്ത ക്ലാസുകളിലെ അത്തം കാണുവാനായി പോയി. അത്തം കണ്ടപ്പോൾ ഷബീർ പരിഹാസ സ്വരത്തിൽ പറഞ്ഞു:

"സമ്മാനം ആണുങ്ങൾ കൊണ്ട് പോകും എന്ന് തോന്നുന്നു."

കറങ്ങിത്തിരിഞ്ഞ് ക്ലാസിൽ കയറിയ വിനു അത്തപ്പൂവിന്റെ അടുത്ത് നോക്കി. പറയിലെ തെങ്ങിൻപൂവ് ശ്രദ്ധിച്ചു. ഒപ്പം അടുത്ത് വാഴയിലയിൽ ഇരുന്ന അവിലിലും പൊരിയിലും കൽക്കണ്ടും മുന്തിരിയും കണ്ണു

കൾകൊണ്ട് അവൻ തിരഞ്ഞു.

വിളക്ക് കത്തിക്കുവാനായി ഋതു തീപ്പെട്ടി എടുത്തപ്പോൾ വിദ്യ പറഞ്ഞു:

"ഇപ്പോൾ വിളക്ക് കത്തിക്കണ്ട അവർ വരുന്നത് കണ്ട ഉടനെ കത്തിക്കാം."

ക്ലാസിന്റെ പുറത്ത് നിന്ന വിഭു ജനലിലൂടെ അകത്തേക്ക് തലയിട്ട ശേഷം പറഞ്ഞു:

"അവർ ദേ വരുന്നു."

ഋതു വിളക്ക് കത്തിച്ചപ്പോൾ അപരിചിതരായ രണ്ടു പേർ ക്ലാസിനകത്തേക്ക് കയറി വന്നു. പൂക്കളത്തിന് ചുറ്റും നടന്ന ശേഷം ഒരാൾ ചോദിച്ചു:

"എന്തിനാ നിങ്ങൾ പൂക്കളത്തിന്റെ അടുത്ത് തെങ്ങിൻപൂവും പറയും വച്ചിരിക്കുന്നത്."

ചോദ്യം കേട്ട ഉടനെ ഋതു പിറകിലേക്ക് നീങ്ങി. ഉടൻ വിദ്യ മുന്നിലേക്ക് വന്നു.

"പറയും തെങ്ങിൻ പൂവും സമൃദ്ധിയുടെയും ഐശ്വര്യത്തിന്റെയും അടയാളങ്ങളാണ്. ചാണകവും തുളസിപ്പൂവും ഗണപതിക്ക് വച്ചിരിക്കുന്നതാ."

പുഞ്ചിരിച്ചശേഷം അവർ പേപ്പറിൽ എന്തോ കുത്തിക്കുറിച്ച് പുറത്തേക്ക് പോയി.

റിയ ഉടനെ വിദ്യയുടെ അടുത്ത് വന്ന ശേഷം തോളിൽ കൈവച്ച് പറഞ്ഞു:

"കലക്കി"

വിദ്യ ഒന്നു മൂളി.

"ഉം"

ഋതുവും വിഭുവും ഉടനെ പൂക്കളത്തിലേക്ക് ചാടി വീണ് പൂക്കൾ വാരി പരസ്പരം എറിഞ്ഞു.

ഹെഡ്മാസ്റ്റർ മൈക്കിലൂടെ പറഞ്ഞു:

"ഓണ മത്സരത്തിനായി എല്ലാ കുട്ടികളും സ്കൂൾ ഗ്രൗണ്ടിൽ എത്തിച്ചേരണം."

എല്ലാ കുട്ടികളും പുറത്തേക്ക് ഇറങ്ങിയപ്പോൾ വിനുവും റിയയും മാത്രം ക്ലാസിന്റെ അകത്ത് നിന്നു.

മത്സരങ്ങൾക്ക് ശേഷം ഓണസദ്യ ഉണ്ടായിരുന്നു. എല്ലാവരും സദ്യ കഴിച്ചശേഷമായിരുന്നു പൂക്കളത്തിന്റെ സമ്മാന വിതരണം.

വിനുവിന്റെ ക്ലാസിലെ പൂക്കളത്തിന് 2-ാം സ്ഥാനം ഉണ്ടായിരുന്നു.

വിദ്യ ആയിരുന്നു സമ്മാനം വാങ്ങുന്നതിന് സ്റ്റേജിലേക്ക് കയറിയത്.

അടുത്ത് നിന്ന ഷബീറിന്റെ ചെവിയിൽ വിനു പതിയെ പറഞ്ഞു:

"റിയയോട് ഇപ്പോൾ പ്രണയം തോന്നുന്നടാ."

ഷബീറ് പതിഞ്ഞ സ്വരത്തിൽ: "അവൾ നിനക്ക് വിധിച്ചത് തന്നെയാ നീ ധൈര്യമായി പ്രണയിച്ചോ."

എട്ട്

ഓണസമയത്താണ് അവന്റെ വീടിന് മുന്നിൽ ഒരു മൊബൈൽ ഫോൺ കട തുടങ്ങുന്നത്. മുൻപ് അത് ഒരു മുറുക്കാൻ കട ആയിരുന്നു. വയസ്സന്മാർ ഒന്നിച്ചിരുന്നു വെറ്റിലമുറുക്കി നീട്ടിത്തുപ്പി നാട്ടിലെ വിശേഷം പറഞ്ഞിരുന്ന ഒരു കൊച്ച് മുറുക്കാൻ കട.

കടയുടെ അടുത്ത് ഒരു മാവ് ഉണ്ടായിരുന്നു ഒരുപാട് മാങ്ങ കായ്ക്കുന്ന മാവ് ആ ചെമ്മൺ പാതയിലെ നിഴലും തണലുമായിരുന്നു.

സ്കൂൾ അവധിക്കാലത്ത് കുട്ടികൾ മാവിൽ കല്ല് എറിയുന്നത് പതിവായിരുന്നു. ചില ദിവസങ്ങളിൽ കുട്ടികളെ കാണുമ്പോൾ മാവ് കുലുങ്ങും.

മാങ്ങ അടർന്ന് മണ്ണിൽ വീണാൽ അത് എടുക്കാൻ കുട്ടികൾ മത്സരിക്കും. ആ നേരം പിന്നെയും മാങ്ങകൾ വീഴും.

മാങ്ങയ്ക്കായി വയസ്സന്മാർ കാത്തിരുന്നാലും മാങ്ങ വീഴില്ല. കല്ല് എറിയുമ്പോൾ ചിലത് മുറുക്കാൻകടയുടെ അകത്ത് വീഴും. കല്ല് എറിഞ്ഞവൻ ഓടും. ഒന്നും അറിയാതെ അവിടെവന്ന് നില്ക്കുന്നവന് ചീത്ത കേൾക്കുന്നത് പതിവായിരുന്നു.

അങ്ങനെ ആ മാവിന്റെ ഉടമ ഒരു മാമ്പഴ സീസണിൽ ഒരാളെ മാവിൽ കയറ്റി ചെറുതും വലുതുമായ മാങ്ങകൾ എല്ലാം അടത്തു.

പിന്നെ ഒരിക്കലും ആ മാവ് പൂത്തില്ല. അങ്ങനെ ആ മാവ് അവർ മുറിച്ചു.

കുറച്ച് ദിവസം കഴിഞ്ഞപ്പോൾ മുറുക്കാൻകട നടത്തിയിരുന്ന വയസ്സൻ മരിച്ചു. പിന്നെ ആ കട കുറേ ദിവസം അടഞ്ഞ് കിടന്നു.

നാട്ടിലെ ആദ്യത്തെ മൊബൈൽ ഫോൺ കട വിനുവിന്റെ മനസ്സിൽ ഒരുപാട് പ്രതീക്ഷകൾ നല്കി. ഒരു നല്ല മൊബൈൽ ഫോൺ കിട്ടിയാൽ അതിൽ ഇന്റർനെറ്റ് ചാർജ് ചെയ്യണം.

ഇന്റർനെറ്റിൽ ഒരുപാട് കാര്യങ്ങൾ തിരയണം. ഒരുപാട് വീഡിയോയും ചിത്രങ്ങളും ഡൗൺലോഡ് ചെയ്യണം. പിന്നെ രണ്ട് ഫേസ്ബുക്ക് അക്കൗണ്ട് തുടങ്ങണം. ഒന്ന് സ്വന്തം പേരിലും പിന്നെ ഒരു പെണ്ണിന്റെ പേരിലും.

പെൺകുട്ടിയുടെ പേരിൽ എടുക്കുന്ന ഫേസ്ബുക്ക് അക്കൗണ്ട് കൊണ്ട് ഋതുവിനെയും വിഭുവിനെയും പ്രേമിച്ച് പറ്റിക്കണം.

സ്വന്തം പേരിൽ തുടങ്ങുന്ന ഫേസ്ബുക്കിൽ ഒരുപാട് കൂട്ടുകാരെ ചേർക്കണം. അതിലെ പെൺകുട്ടികളുമായി ഒരുപാട് നേരം ചാറ്റ് ചെയ്യണം.

പിന്നെ റിയയോട് ഒരുപാട് കാര്യങ്ങൾ സംസാരിക്കണം. കഴിഞ്ഞാൽ റിയയോട് പ്രണയവും തുറന്ന് പറയണം.

ഒരുപാട് സ്വപ്നങ്ങൾ അങ്ങനെ അവന്റെ മനസ്സിൽ വന്ന് വിരിഞ്ഞ് നിന്നു.

വീട്ടിലെ ഒറ്റ മകനായതുകൊണ്ട് അവന് വീട്ടിൽ ആരോടും തർക്കി ക്കേണ്ടി വന്നിരുന്നില്ല.

പരീക്ഷയിൽ തോറ്റാലും അച്ഛൻ അവനെ വഴക്ക് പറയില്ല. പ്രോഗ്രസ് കാർഡ് ഒപ്പിടാൻ സ്കൂളിലേക്ക് വരുമ്പോൾ ചില ടീച്ചർമാർ ദേഷ്യത്തിൽ പറയും:

"ഇവൻ ഒന്നും പഠിക്കില്ല."

ആ നേരം അച്ഛൻ അവന്റെ തോളിൽ കൈവച്ച ശേഷം പറയും: "ടീച്ചറിനോട് പറ ഇനി പഠിക്കൂന്ന്..."

ടീച്ചർമാർ അത് കേട്ട് പുഞ്ചിരിക്കുന്നത് പതിവായിരുന്നു. മനസ്സിൽ ആരോടും അസൂയ ഇല്ലായിരുന്നു. കാരണം അന്നുവരെ അവന്റെ അച്ഛനും അമ്മയും അവനെ ആരുമായി താരതമ്യം ചെയ്തിട്ടില്ല. അച്ഛൻ പറയുന്നത്,

"എല്ലാ ദിവസവും സ്കൂളിൽ പോകണം നല്ല കുട്ടികളുമായി കൂട്ടു കൂടണം."

ക്ലാസിൽ പഠിക്കുന്ന അലക്സിന് വിദ്യയോട് നല്ല ദേഷ്യമുണ്ടായി രുന്നു. ക്ലാസിൽ പല പരീക്ഷകളുടെയും മാർക്ക് അറിയുമ്പോൾ അലക്സ് തോല്ക്കുന്നത് പതിവായിരുന്നു. വിദ്യക്ക് ക്ലാസിൽ 1-ാം സ്ഥാനവും.

അലക്സും വിദ്യയും അയൽക്കാരും ബന്ധുക്കളുമാണ്. പരീക്ഷ യുടെ പേപ്പർ കിട്ടിയാൽ വിദ്യ വീട്ടിൽ പറയും. വിദ്യയുടെ അമ്മ അല ക്സിന്റെ അമ്മയോട് ചോദിക്കും. "വിദ്യക്ക് ക്ലാസ് ഫസ്റ്റാ നിന്റെ മോനോ?"

പിന്നെ അലക്സിന്റെ വീട്ടിൽ ബഹളമായിരിക്കും. തോറ്റതിന്റെ പേരിൽ. അവന്റെ ഉള്ളിൽ പകയും വെറുപ്പും കുത്തിവയ്ക്കുന്നത് അവന്റെ അച്ഛനും അമ്മയുമായിരുന്നു. 1-ാം സ്ഥാനത്ത് എത്തുവാൻ അവന് ഒരു പാട് ട്യൂഷൻ ഉണ്ടായിരുന്നു. വിനുവിനോട് ഒരിക്കൽ അവൻ പറഞ്ഞു:

"വയ്യടാ ജീവിക്കുവാൻ. എനിക്ക് ഞാനാകാനേ കഴിയൂ. വിദ്യ ചാവണം ഒന്ന് സമാധാനിക്കാൻ," വിനു ഒന്നും മിണ്ടാതെയാണ് അത്

കേട്ടിരുന്നത്.

വിനുവിന് ഓണസമ്മാനമായി മൊബൈൽ ഫോൺ കിട്ടി. അച്ഛൻ വീട്ടിലെ ആവശ്യത്തിന് വാങ്ങിയതായിരുന്നു.

അച്ഛനും അമ്മയും പോയായിരുന്നു ഫോൺ വാങ്ങിയത്. അതു കൊണ്ട് അവന് അതിൽനിന്നും സംതൃപ്തി കിട്ടിയിരുന്നില്ല.

അതിലെ ക്യാമറ അത്ര പോരായിരുന്നു പിന്നെ അത് പഴയ മോഡൽ ഫോണും.

പിന്നെ ഫേസ്ബുക്ക് ഉപയോഗിക്കാം അത് അവന് വലിയ ആശ്വാസമായിരുന്നു. പുതിയ സിം ആയതുകൊണ്ട് ഒരുമാസം നെറ്റ് ഫ്രീ ആണ്.

ഫേസ്ബുക്കിൽ ഒരു അക്കൗണ്ട് എടുക്കുന്നതിന് അവൻ ഒരുപാട് കഷ്ടപ്പെട്ടു. ഒരുപാട് സമയം കൊണ്ടായിരുന്നു ഫേസ്ബുക്കിൽ അക്കൗണ്ട് ഉണ്ടാക്കിയത്.

പ്രൊഫൈൽ ചിത്രം ഒരു പൂവിന്റേതായിരുന്നു. ഒരുപാട് ആണുങ്ങളെയും പെണ്ണുങ്ങളെയും കൂട്ടുകാരാക്കാനുള്ള ശ്രമം അവൻ തുടങ്ങി.

ഒരുപാട് കൂട്ടുകാരെ അങ്ങനെ അവന് കിട്ടി. പുതിയ ഒരുപാട് ഗ്രൂപ്പുകളിൽ അംഗമായി.

ഫോൺ താഴെവയ്ക്കാതെ കൊണ്ട് നടക്കുന്നത് കാണുമ്പോൾ വീട്ടുകാർ പറയുന്നത്, "ഇവന് ഫോണിൽ എന്താ ഇത്രയും കാണുവാനുള്ളത്."

ഇങ്ങനെ പറയുന്നവർക്ക് അറിയില്ല ആ ഗ്രൂപ്പുകളിൽ വരുന്ന കഥകളെയും കവിതകളെയും കുറിച്ച്. അത് വായിച്ച് തീർക്കാൻ ഒരു ദിവസം മതിയാകില്ല എന്ന് അവൻ അറിഞ്ഞ് തുടങ്ങി. ഫേസ്ബുക്ക് എന്ന കവലയെപ്പറ്റി. ഒരുപാട് പരിചിതരും അപരിചിതരും വന്ന് പോകുന്നതും കമന്റിലൂടെ തർക്കിക്കുന്നതും.

നേരിൽ കാണുമ്പോൾ സംസാരിക്കാത്ത പലരും ഫേസ്ബുക്കിൽ പരസ്പരം സംസാരിക്കും. ചിലർ പറയുന്നത് കേട്ടിട്ടുണ്ട് ഫേസ്ബുക്കിൽ അംഗമായാൽ പെൺകുട്ടികളുമായി ഒരുപാട് നേരം സംസാരിക്കാം എന്ന്.

അവൻ ഫേസ്ബുക്ക് എടുത്തിട്ട് ഒരുപാട് ദിവസമായി ആ നേരം വരെ അവന് സംസാരിക്കുന്നതിന് പെൺകുട്ടികളെ കിട്ടിയിട്ടില്ല.

ഒരു കഥ ഏതെങ്കിലും ഒരു ഗ്രൂപ്പിൽ എഴുതിച്ചേർക്കാൻ തീരുമാനിച്ചു. മൊബൈൽ ഫോണായതുകൊണ്ട് ഒരുപാട് സമയം വേണ്ടി വന്നു ടൈപ്പ് ചെയ്ത് കഥ ഗ്രൂപ്പിൽ ചേർക്കുവാൻ. എന്റെ പ്രണയം എന്നായിരുന്നു കഥയുടെ പേര്.

എന്റെ പ്രണയം

ശിവക്ഷേത്രത്തിൽ ഞാൻ അന്ന് മഴ നനഞ്ഞ് തൊഴുത് നിന്നു. നെറ്റിയിൽ ഭസ്മം ചാർത്തിയശേഷം കുട നിവർത്തി അവൾ എന്റെ അരികിലൂടെ നടന്നകന്നു.

അവൾ നടന്നകന്ന മൺവഴിയിലേക്ക് ഞാൻ നോക്കി. അവളുടെ കാല്പാടുകൾ അകലേക്ക് പതിഞ്ഞുകൊണ്ടിരുന്നു.

ആ നേരം ഞാൻ അറിഞ്ഞു അവൾ അറിയാതെ പോയത് ഞാൻ പറയാതെ പോയ എന്റെ പ്രണയം ആയിരുന്നു എന്ന്.

അവളുടെ കാല്പാടുകൾ എന്റെ കണ്ണെത്താത്ത ദൂരത്തേക്ക് പതിഞ്ഞു. അവൾ എന്നെ മറക്കും എന്ന് അറിഞ്ഞിട്ടും അവളെ പ്രണയിച്ച് ആയിരം കവിതകൾ എഴുതുവാൻ ഞാൻ ആഗ്രഹിച്ചു.

ആരും അറിയാതെ ആരോടും പറയാതെ ഞാനും എന്റെ കവിതകളും മാത്രം അറിയുന്ന എന്റെ പ്രണയം.

കുറച്ച് കമന്റും ലൈക്കും ആ കഥയ്ക്ക് കിട്ടി. കുറച്ചു സമയത്തിനു ശേഷം ഒരുപാട് കഥകൾ ആ ഗ്രൂപ്പിലേക്ക് എവിടെനിന്നോ ഒഴുകി എത്തി.

MNTC - Malayalam Noughty Troll എന്ന ഗ്രൂപ്പിൽ അത്ഭുതത്തോടെയാണ് വിനു അംഗമായത്. സെക്സിനെ കുറിച്ച് ട്രോളുകൾ വരുന്ന ഗ്രൂപ്പ്.

സ്ത്രീകളുടെയും പുരുഷന്മാരുടെയും നഗ്നത പ്രദർശിപ്പിക്കുന്നത് ആ ഗ്രൂപ്പിൽ പതിവായിരുന്നു. ആൺ പെൺ വ്യത്യാസമില്ലാതെയായിരുന്നു അതിൽ സെക്സിനെക്കുറിച്ച് തർക്കിക്കുന്നത്.

സെക്സ് എന്ന സങ്കല്പത്തിനെ കൗതുകത്തിൽനിന്നും പറഞ്ഞ് ചിരിക്കുന്ന ട്രോളുകളാക്കി മാറ്റുന്നതിന് ആ ഗ്രൂപ്പിന് കഴിഞ്ഞു.

ആ ഗ്രൂപ്പിൽ പതിവായി ട്രോളുകൾ പോസ്റ്റ് ചെയ്യുന്ന അലിജോണിനെ വിനു അത്ഭുതത്തോടെയാണ് കണ്ടത്. സെക്സിനെക്കുറിച്ച് പറഞ്ഞ് ചിരിപ്പിക്കുന്നതിൽ അവന് കഴിഞ്ഞതുപോലെ മറ്റ് ആർക്കും കഴിഞ്ഞിട്ടില്ല എന്നതാണ് സത്യം.

പെൺകുട്ടികൾ സെക്സിനെക്കുറിച്ച് ട്രോൾ ഉണ്ടാക്കിയാൽ അവരെ കമന്റുകൾ കൊണ്ട് ഉത്തരം മുട്ടിക്കുന്നത് അവന്റെ പതിവായിരുന്നു.

വിനു അങ്ങനെ അവനെ ഫേസ്ബുക്കിലെ ഒരു ഫ്രണ്ടാക്കി സംസാരിക്കുന്നത് പതിവായി. ഒരുപാട് തമാശകൾ പറയുന്ന നല്ലൊരു ഫ്രണ്ടായിരുന്നു അവൻ.

പെട്ടെന്ന് കുറച്ച് ദിവസങ്ങളിൽ അവൻ ഫേസ്ബുക്കിൽനിന്നും അപ്രത്യക്ഷമായത് വിനുവിനെ അത്ഭുതപ്പെടുത്തി. കുറച്ച് ദിവസങ്ങൾക്ക് ശേഷം അവൻ അവന്റെ ചിത്രവും പിന്നെ ഒരു പോസ്റ്റും ഇട്ടു.

തലമുടി കൊഴിഞ്ഞ് മെലിഞ്ഞ് ഉണങ്ങിയ അവന്റെ രൂപം കാണുന്നവരുടെ കണ്ണ് നിറക്കുന്ന ഒരു ചിത്രമായിരുന്നു അതിന്റെ താഴെ ഉണ്ടായിരുന്ന പോസ്റ്റ് നിറഞ്ഞ കണ്ണുകളോടെ വിനു വായിച്ചു.

"ഒരുപാട് സുഹൃത്തുക്കളും ലഹരിയുടെ ആഘോഷവും ഉണ്ടായിരുന്ന ലോകത്ത് നിന്നും ക്യാൻസർ രോഗത്തിലേക്ക് വഴുതി വീണ എന്റെ ചിത്രത്തിലൂടെ നിങ്ങൾ ലഹരി വിമുക്ത സൗഹൃദങ്ങളിലേക്ക് എത്തിച്ചേരട്ടെ."

അതിന്ശേഷം അലിജോണിന്റെ ട്രോളുകൾ ഒന്നും ഗ്രൂപ്പിൽ വന്നില്ല. പെട്ടെന്ന് ഒരു ദിവസം അവന് ആദരാഞ്ജലികൾ പറഞ്ഞ് ഒരുപാട് പേർ ഗ്രൂപ്പിൽ പോസ്റ്റുകൾ ഇട്ടു. അവന്റെ മരണത്തിനുശേഷം ഒരാഴ്ച കറുത്ത കൊടി ആയിരുന്നു MNT പേജിലെ പ്രൊഫൈൽ ചിത്രം.

അങ്ങനെ പതിയെ ദിവസങ്ങൾ കഴിയും തോറും ഗ്രൂപ്പിൽ പുതിയ അംഗങ്ങൾ വന്നു. പുതിയ ട്രോളുകൾ കൊണ്ട് അവർ എല്ലാരെയും ചിരിപ്പിച്ചു. പതിയെ അലിജോണിനെ ഗ്രൂപ്പിലെ എല്ലാവരും മറന്നു.

MNT പേജിൽനിന്നും കറുത്ത കൊടി അപ്രത്യക്ഷമായി. ഗ്രൂപ്പിലെ മികച്ച പോസ്റ്റുകളായിരുന്നു പേജിൽ വരുന്നത്.

പതിയെ വിനു ഫേസ്ബുക്കിന്റെ ഉപയോഗം കുറച്ചു. മടുത്തത് കൊണ്ടുതന്നെ ആയിരുന്നു അവൻ ഫേസ്ബുക്കിനെ വെറുത്ത് തുടങ്ങിയത്.

പിന്നെയും വായനയുടെ ലോകത്തിലേക്ക് അവൻ എത്തി. വായനശാലയിൽ പൊടി പിടിച്ച പുസ്തകങ്ങളിൽനിന്നും നല്ല കവിതകളും കഥകളും തിരഞ്ഞ് പിടിച്ച് വായിക്കാൻ തുടങ്ങി.

വായനയുടെ പിന്നിൽ ഒരു രഹസ്യം ഉണ്ടായിരുന്നു. അത് വായനശാലയിലെ വിദ്യയോട് തുറന്ന് പറഞ്ഞു. അല്പം നാണത്തോടെയാണ് പറഞ്ഞത്.

"എനിക്ക് ഒരു നാടകം എഴുതണം."

ഒരു പുഞ്ചിരിയോടെ വിദ്യ ചോദിച്ചു.

"ഈ യുവജനോത്സവത്തിൽ നീ സ്റ്റേജിൽ കയറുമോ?"

ആത്മവിശ്വാസത്തോടെ അവൻ പറഞ്ഞു:

"ഞാൻ നാടകം എഴുതി സംവിധാനം ചെയ്യും."

അവളുടെ ആശംസാവാക്കുകൾ

"All the best"

അത് അവന് ആത്മവിശ്വാസമായിരുന്നു സമ്മാനിച്ചത്.

പിന്നെയുള്ള ദിവസങ്ങളിൽ അവൻ വായനശാലയിൽ എത്തുമ്പോൾ വിദ്യ അവന് വായിക്കുവാനുള്ള നാടകങ്ങൾ തിരഞ്ഞ് വയ്ക്കുന്നത് പതിവായി.

മലയാളത്തിലും അന്യഭാഷകളിലും ഉള്ള ഒരുപാട് നാടകങ്ങൾ അങ്ങനെയാണ് അവൻ വായിക്കുന്നത്.

ഒൻപത്

റിയയുടെ സിനിമ റിലീസായ ദിവസം ക്ലാസിലെ ചർച്ച ആ സിനിമയെക്കുറിച്ചായിരുന്നു. ഒരു യുവതാരത്തിന്റെ ഒപ്പം അഭിനയിച്ചത് കൊണ്ട് സിനിമ കുറച്ച് പരസ്യങ്ങൾ കൊണ്ട് തന്നെ ഒരുപാട് പേരെ ആകർഷിച്ചു.

സിനിമയിൽ ഒരു ഗാനരംഗം ഉണ്ടായിരുന്നു. റിയ മഴയത്ത് നൃത്തം ചെയ്യുന്നതായിരുന്നു അത്. ഗാനം ഇറങ്ങിയ ഉടനെ തന്നെ "റിയ ഹോട്ട്" എന്ന പേരിൽ ആ സീൻ യൂട്യൂബിൽ ആരോ അപ്ലോഡ് ചെയ്തു.

ഒരു ദിവസംകൊണ്ട് തന്നെ ആ വീഡിയോ പതിനായിരക്കണക്കിന് ആൾക്കാർ കണ്ടു. പിന്നെ അവളെക്കുറിച്ച് അശ്ലീലം പറഞ്ഞുകൊണ്ട് ഒരുപാട് കമന്റുകൾ അതിൽ വന്ന് നിറഞ്ഞു.

വിനുവിന്റെ ഫോണിലും ആ വീഡിയോ ഉണ്ടായിരുന്നു. ക്ലാസിലെ പലരുടെയും ഫോണിൽ അവളുടെ ചൂടൻ ചിത്രങ്ങൾ നിറച്ചിരുന്നു.

ഫേസ്ബുക്കിൽ റിയയെ തിരഞ്ഞ വിനു ഞെട്ടി. പതിനായിരക്കണക്കിന് മുകളിൽ ലൈക്കുള്ള അവളുടെ ഫേസ്ബുക്ക് പേജ്... പിന്നെ പല ജില്ലകളിലും അവൾക്ക് ഫാൻസ് ഗ്രൂപ്പുകൾ.

അങ്ങനെ ചുരുങ്ങിയ ദിവസങ്ങൾകൊണ്ടുതന്നെ കേരളത്തിലെ യുവാക്കൾ മുഴുവൻ ആഘോഷമാക്കിയ ഒരു നായികയായി അവൾ വളർന്നു.

അവൻ വേദനയോടെയാണ് അറിഞ്ഞു തുടങ്ങിയത് ദിവസങ്ങൾ കഴിയും തോറും റിയയെ നഷ്ടമാകുന്നു എന്ന്.

ആ നഷ്ടബോധത്തിൽനിന്നും അമിതമായ പ്രണയം അവന്റെ ഉള്ളിൽ നിറയുകയായിരുന്നു. അത് അങ്ങനെയാണ്. പ്രിയപ്പെട്ടത് നഷ്ടമായിത്തുടങ്ങി എന്ന് അറിഞ്ഞാലേ പലർക്കും അതിനെ ഒരുപാട് ഇഷ്ടപ്പെടുവാൻ കഴിയുകയുള്ളൂ.

ടിവിയിലും റേഡിയോയിലും റിയയുമായുള്ള ഒരുപാട് ഇന്റർവ്യൂകൾ ഉണ്ടായിരുന്നു. അതെല്ലാം സമയം കണ്ടെത്തി കാണുന്നത് അവന്റെ പതിവായി.

അവളുടെ മാദകമാംസള ശരീരത്തെക്കുറിച്ച് ക്ലാസിലെ പലരും വർണ്ണിക്കുമ്പോൾ അവന്റെ കണ്ണുകൾ നിറഞ്ഞത് അവൻ പോലും അറിയാതെയാണ്.

റിയയോട് പ്രണയം തുറന്ന് പറഞ്ഞ് മനസ്സിലെ ഭാരം ഒന്ന് ഇറക്കി വയ്ക്കുവാൻ അവൻ ഒരുപാട് ആഗ്രഹിച്ചു.

ചില രാത്രികളിൽ അവൾ സ്വപ്നങ്ങളിൽ വന്ന് രതിലഹരി സമ്മാനിക്കുന്നതും ഒരുപാട് സംസാരിക്കുന്നതും പതിവായി.

അവളോടുള്ള പ്രണയത്തിന്റെ ഭ്രാന്തമായ അവസ്ഥയിൽ എഴുതുവാനും വായിക്കുവാനും അവന് കഴിയാതെയായി.

രാത്രികളിൽ ഉറങ്ങാതെ പുതപ്പിന്റെ അകത്ത് ഫോണിലെ കൊച്ച് സ്ക്രീനുകളിൽ അവന്റെ വിരൽസ്പർശം നീലച്ചിത്രങ്ങൾ തിരഞ്ഞു.

കുറച്ച് ദിവസങ്ങൾക്ക്ശേഷം ഇന്ദുലാൽ സാർ ഹാജർ ബുക്ക് നിവർത്തി പേര് വിളിച്ച് തുടങ്ങിയപ്പോഴാണ് റിയ വാതിലിന്റെ അടുത്ത് നിന്ന് സാറിനോട് ചോദിച്ചു.

“May I come in sir”

ഇന്ദുലാൽ സാർ പുഞ്ചിരി നിറഞ്ഞ സ്വരത്തിൽ പറഞ്ഞു.

“കയറി വാ. എല്ലാ കുട്ടികളും കൈയടിച്ചേ. മലയാള സിനിമയുടെ നായികയാ വരുന്നത്.”

ക്ലാസിലെ എല്ലാ കുട്ടികളും കൈയടിയോടെ ആയിരുന്നു അവളെ സ്വീകരിച്ചത്. വിനുവിന്റെ മുഖം സന്തോഷംകൊണ്ട് പുഞ്ചിരി വിടർത്തി.

വിനു അവളെ സൂക്ഷിച്ച് നോക്കി. പുതിയ യൂണിഫോമിന്റെ എല്ലാ ഗുണങ്ങളും അവളുടെ വേഷത്തിന് ഉണ്ടായിരുന്നു. ഒരു സാധാരണ കുട്ടിയുടെ മുഖഭാവത്തോടെയാണ് റിയ ആനിയുടെ അടുത്ത് ഇരുന്നത്.

വിനു അവന്റെ ഷർട്ടിലേക്ക് നോക്കി പോക്കറ്റിൽ കുറച്ച് അഴുക്ക് ഉണ്ടായിരുന്നു. പിന്നെ ഷർട്ടിൽ നിറയെ കറുത്ത പുള്ളികൾ ഉണ്ടായിരുന്നു.

ഇന്ദുലാൽ സാറ് പഠിപ്പിക്കുന്നതിൽ മുഴുകിയപ്പോൾ ക്ലാസിലെ ഏകദേശം കുട്ടികളും സാറിനെ ശ്രദ്ധിക്കാൻ തുടങ്ങി.

ആ ദിവസം ആദ്യത്തെ രണ്ട് വിഷയം ITC - ഇൻഫർമേഷൻ ടെക്നോളജി പ്രാക്ടിക്കൽ. ഇന്ദുലാൽ സാർ തന്നെയാണ് ഹിസ്റ്ററിയും, IT യും പഠിപ്പിക്കുന്നത്.

ഹിസ്റ്ററി എളുപ്പത്തിൽ തീർത്ത് റിവിഷൻ തുടങ്ങുന്നതിനായാണ് സാറ് സ്പീഡിൽ പഠിപ്പിക്കുന്നത് എങ്കിലും എല്ലാ കുട്ടികൾക്കും സാറിനോട് ദേഷ്യം തോന്നി. കാരണം, കാത്തിരുന്നാണ് ആഴ്ചയിൽ ഒരു ദിവസം കമ്പ്യൂട്ടറിൽ ഗെയിം കളിക്കുന്നതിന് അവസരം കിട്ടുന്നത്. ആ ദിവസം ഹാജർ ബുക്കിന്റെ ഒപ്പം ഹിസ്റ്ററി പുസ്തകവും കണ്ടാൽ പല കുട്ടികളും വെറുപ്പോടെ സാറിനെ ചീത്ത പറയും.

അന്ന് രണ്ട് പിരീഡും ഹിസ്റ്ററി തകർത്ത് പഠിപ്പിച്ച ശേഷമായിരുന്നു സാറ് പുറത്തേക്ക് ഇറങ്ങിയത്. ഇന്റർവെൽ സമയം ആയിരുന്നു അത്. സാറ് പുറത്തേക്ക് ഇറങ്ങിയപ്പോൾ ക്ലാസിലെ കുറച്ച് കുട്ടികളും പുറത്തേക്ക് ഇറങ്ങി.

ആനിയുടെ അടുത്ത് ഇരുന്ന് കരയുന്ന റിയയെ അത്ഭുതത്തോടെ വിനു നോക്കിയശേഷം അവൾ പറയുന്നത് കേൾക്കുന്നതിനായി കാത് കൂർപ്പിച്ചു.

നിറഞ്ഞ കണ്ണുകൾ തുടച്ച ശേഷം റിയ പറഞ്ഞു.

“വയ്യ ആനി എനിക്ക് ഇങ്ങനെ ജീവിക്കാൻ. I hate my life”

കൗതുകം നിറഞ്ഞ കണ്ണുകളോടെ ആനി ചോദിച്ചു:

“നിനക്ക് എന്താ ഒരു കുറവ്. നല്ല ജീവിതമല്ലേ കിട്ടിയിരിക്കുന്നത്.”

പുച്ഛത്തോടെ ചിരിച്ച ശേഷം റിയ പറഞ്ഞു:

“ഈ നശിച്ച ജീവിതത്തിനെക്കുറിച്ച് ഒന്നും പുറത്ത് പറയുന്നതിന് പറ്റില്ല.”

മുന്നിലത്തെ ബഞ്ചിൽ ഇരുന്ന വിദ്യ കാര്യങ്ങൾ കേൾക്കുന്നതിന് തിരിഞ്ഞിരുന്നു.

രമണി ടീച്ചർ ക്ലാസിലേക്ക് കയറി വന്നപ്പോഴാണ് വിനു ഇന്നലെ ഇട്ട കണക്ക് ഹോം വർക്കിന്റെ കാര്യം ഓർമ്മിച്ചത്.

ടീച്ചർ പതിവ് പോലെ ഡസ്കിൽ കണക്ക് പുസ്തകവും ചോക്ക് കഷണങ്ങളുംവച്ച ശേഷം ചോദിച്ചു.

“ഹോം വർക്ക് എഴുതാത്ത കുട്ടികൾ എഴുന്നേല്ക്ക്.”

നെഞ്ചിടിപ്പോടെ വിനു എഴുന്നേറ്റ് ആദ്യം നോക്കിയത് റിയയുടെ മുഖത്തേക്കായിരുന്നു.

അവളുടെ കണ്ണുകളിലെ സഹതാപത്തിന്റെ തിളക്കം നെഞ്ചിലെ അനുരാഗത്തോടെ ആയിരുന്നു അവൻ തിരിച്ചറിഞ്ഞത്.

റിയയുടെ മുഖത്ത് നിന്നും കണ്ണ് എടുത്ത് ചുറ്റിലേക്ക് നോക്കിയപ്പോൾ ഋതു, വിഭു, അലക്സ് അങ്ങനെ ക്ലാസിലെ പകുതിയിൽ അധികം ആൺകുട്ടികളും എഴുന്നേറ്റ് നില്ക്കുന്നത് കണ്ടപ്പോൾ അവന് ആശ്വാസം തോന്നി.

രമണി ടീച്ചർ ക്ലാസിന് പുറത്തേക്ക് ഇറങ്ങി. പിന്നെ അകത്തേക്ക് കയറി വന്നത് കൈയിൽ ഒരു ചൂരലും കൊണ്ടായിരുന്നു.

പെൺകുട്ടികളുടെ വശത്തും കുറച്ച് കുട്ടികൾ എഴുന്നേറ്റ് നില്ക്കുന്നുണ്ടായിരുന്നു. റിയയും എഴുന്നേറ്റ് നിന്ന പെൺകുട്ടികളുടെ കൂട്ടത്തിൽ ഉണ്ടായിരുന്നു.

ടീച്ചർ റിയയുടെ അടുത്ത് നടന്ന് എത്തിയശേഷം വെറുപ്പോടെ ചോദിച്ചു.

“വല്ലതും പഠിക്കുന്നുണ്ടോ?”

പുഞ്ചിരിക്കാൻ ശ്രമിച്ചുകൊണ്ട് നെറ്റി ചുളിച്ചശേഷം അവൾ പറഞ്ഞു:

“ഒരു ടീച്ചർ വീട്ടിൽ പഠിപ്പിക്കുന്നതിനായി വരുന്നുണ്ട്.”

ടീച്ചർ വെറുപ്പോടെ മൂളി.

"ഉം"

ആൺകുട്ടികളുടെ വശത്ത് ആദ്യം ഇരുന്ന ഋതുവിന്റെ കൈയിൽ ഓങ്ങി അടിച്ച ശേഷം റിയയുടെ മുഖത്ത് നോക്കി ടീച്ചർ പറഞ്ഞു:

"റിയേ നീ ഇരിക്ക്.... ഹോംവർക്ക് ഇട്ട ദിവസം നീ ക്ലാസിൽ ഇല്ലായിരുന്നല്ലോ."

വിനുവിനെ അടിക്കാൻ വടി ഉയർത്തിയപ്പോഴാണ് പ്യൂൺ വാതിലിന്റെ അടുത്ത് നിന്ന ശേഷം അകത്തേക്ക് നോക്കി ശബ്ദം ഉയർത്തി

"ടീച്ചറേ റിയയുടെ അമ്മ അവളെ വിളിക്കാൻ വന്നിരിക്കുന്നു."

വിനുവിന്റെ കൈയിൽ അടിച്ച ശേഷം ചൂരൽ ഡസ്കിലെ കണക്ക് പുസ്തകത്തിന്റെ മുകളിൽവച്ച് വാത്സല്യം നിറഞ്ഞ സ്വരത്തിൽ റിയയുടെ മുഖത്തേക്ക് നോക്കി ടീച്ചർ ചോദിച്ചു.

"റിയേ മോൾക്ക് പോകണമോ?"

റിയ പുസ്തകവും ബുക്കും ബാഗിന്റെ അകത്ത് വച്ച് എഴുന്നേറ്റ് ടീച്ചറിനോട് ചോദിച്ചു.

"പോകട്ടെ."

ടീച്ചർ ഒന്ന് മൂളി.

"ഉം"

റിയ ക്ലാസിൽനിന്നും ഇറങ്ങുന്നതിന് മുൻപ് വിനുവിന്റെ മുഖത്തേക്ക് നോക്കി നിറഞ്ഞ കണ്ണുകളുമായി നടന്ന് അകന്നു.

ആ നേരം ടീച്ചർ പഠിപ്പിച്ചത് ഒന്നും ശ്രദ്ധിക്കുന്നതിന് അവന് കഴിയാതെ ആയി.

വൈകുന്നേരം ലൈബ്രറിയിൽ പോയപ്പോൾ മേശപ്പുറത്ത് ഇരുന്ന പുതിയ കമ്പ്യൂട്ടറിൽ രണ്ട് കുട്ടികൾ ഗെയിം കളിക്കുന്നുണ്ടായിരുന്നു.

വിദ്യ സന്തോഷത്തോടെയാണ് പറഞ്ഞത്.

"നിന്നോട് റിയയ്ക്ക് പ്രണയമാണ്."

വിനു ഒന്നു മൂളി.

"ഉം"

വിദ്യ കൗതുകത്തോടെ ചോദിച്ചു: "നിന്റെ നാടകരചന എന്തായി?"

അവൻ അല്പം താഴ്ന്ന സ്വരത്തിൽ, "തുടങ്ങണം എഴുത്ത്."

വിദ്യ പരിഹാസം നിറഞ്ഞ സ്വരത്തിൽ,

"നീ നാടകം എഴുതുന്നത് ഞാൻ റിയയോട് പറഞ്ഞിട്ടുണ്ട്."

ഒന്നും മിണ്ടാതെ മേശപ്പുറത്ത് വിദ്യ തിരഞ്ഞ് വച്ചിരുന്ന പുസ്തകവും എടുത്ത് രജിസ്റ്ററിൽ ഒപ്പ് ഇട്ട് പുറത്തേക്ക് നടന്നു.

പത്ത്

“സമൂഹവും ഞാനും” എന്ന വിഷയത്തിനെക്കുറിച്ച് സ്കൂളിൽ ഒരു ബോധവല്ക്കരണ ക്ലാസ് ഉണ്ടായിരുന്നു. 10-ാം ക്ലാസിലെ എല്ലാ ഡിവിഷനിലെയും കുട്ടികളെ ഒന്നിച്ച് ഇരുത്തി ആയിരുന്നു ക്ലാസ്.

പുറത്ത് നിന്നും വന്ന ഒരു വനിത ഡോക്ടർ അവർ മനോരോഗവിദഗ്ദ്ധയായിരുന്നു (Psychologist). പിന്നെ ഒരു നാല്പത് വയസ്സ് തോന്നിക്കുന്ന ഒരു വക്കീലും.

ഏറ്റവും പിറകിലത്തെ ബഞ്ചിലായിരുന്നു വിനുവും ഷബീറും ഇരുന്നത്.

ഡോക്ടർ സംസാരിച്ചത് കൗമാര സമയത്ത് ഉണ്ടാകുന്ന മാനസിക പ്രശ്നങ്ങളെക്കുറിച്ചായിരുന്നു. അതിലൂടെ ചെയ്യുന്ന തെറ്റും സാമൂഹിക പ്രശ്നങ്ങളും.

അടുത്തിടെ നടന്ന കുറച്ച് സംഭവങ്ങളും ഇടകലർത്തി അവർ അവതരിപ്പിച്ചു. അങ്ങനെ പറഞ്ഞ സംഭവങ്ങളിൽ ഭ്രാന്താശുപത്രിയിൽ കഴിയുന്ന ചിലരുടെ ജീവിതവും ഉണ്ടായിരുന്നു.

ആ ജീവിതങ്ങളെ താളം തെറ്റിച്ചത് ലഹരി പദാർത്ഥങ്ങളും പിന്നെ ചില പ്രണയവും ആയിരുന്നു. അവർ പറഞ്ഞ കഥ കേട്ട ചില കുട്ടികളുടെ കണ്ണുകൾ ചുവന്ന് നിറഞ്ഞു.

ഇന്റർനെറ്റിൽ പ്രചരിപ്പിക്കുന്ന നിറം പിടിപ്പിച്ച സെക്സ് വീഡിയോകൾ കാണുന്നവരുടെ ഉള്ളിൽ വളർന്നുവരുന്ന മാനസിക പ്രശ്നങ്ങളെ കുറിച്ച് പറയുന്നത് കേട്ടപ്പോൾ അവന് ഭയം തോന്നി.

അടുത്ത് വക്കീൽ സംസാരിച്ചത് കുട്ടികൾക്ക് അർഹതപ്പെട്ട അവകാശങ്ങളെക്കുറിച്ചായിരുന്നു.

അതിനുശേഷം അറിഞ്ഞും അറിയാതെയും എല്ലാരും ചെയ്യുന്ന കുറ്റങ്ങളും അതിന്റെ ശിക്ഷകളും പറയുന്നത് കേട്ടപ്പോൾ പലർക്കും അത്ഭുതമാണ് തോന്നിയത്.

ബോധവല്ക്കരണക്ലാസ് അവസാനിക്കാറായപ്പോൾ ചില പെൺകുട്ടികൾ ഡോക്ടറിനോട് പതുക്കെ ചില സംശയങ്ങൾ ചോദിച്ചു.

അതിന്റെ മറുപടി ഡോക്ടർ രഹസ്യമായി അവർക്ക് പറഞ്ഞു കൊടുത്തു. ചില ആൺകുട്ടികളും ഭയത്തോടെ അവരോട് രഹസ്യമായി ചോദ്യങ്ങൾ ചോദിച്ചു.

അവന്റെ ഉള്ളിലും ഒരുപാട് സംശയങ്ങൾ ഉണ്ടായിരുന്നു. എന്നാൽ എന്തോ ഒരു ഭയം കാരണം അവൻ അവരോട് ഒന്നും ചോദിച്ചില്ല.

ക്ലാസ് കഴിഞ്ഞ് ഇറങ്ങും മുൻപ് ഡോക്ടറും വക്കീലും അവരുടെ ഫോൺ നമ്പർ പരസ്യമായി പറഞ്ഞു കൊടുത്തു.

എന്ത് സംശയത്തിനും ഏത് പ്രശ്നത്തിലും വിളിക്കാം എന്ന് പറഞ്ഞാണ് അവർ പോയത്.

രാത്രിയിൽ വിനു റിയയെ ഇന്റർനെറ്റിലെ യൂട്യൂബിൽ തിരഞ്ഞു. ആ നേരം വന്ന വീഡിയോകളിൽ ഒന്ന് കണ്ട് അവൻ ഞെട്ടി.

റിയയും യുവനടനും പ്രണയത്തിൽ. സോഷ്യൽ മീഡിയയിൽ പലരും ആ വാർത്ത ആഘോഷമാക്കി.

രാത്രി അവന് ഉറങ്ങാൻ കഴിഞ്ഞില്ല തലയണ കെട്ടിപ്പിടിച്ച് കുറേ കരഞ്ഞു.

രണ്ട് പേരുടെയും ആദ്യ ജോഡി ചിത്രം വിജയിച്ചതിനെത്തുടർന്ന് വീണ്ടും അവർ ഒന്നിച്ച് അഭിനയിക്കുന്ന സിനിമയുടെ ഷൂട്ടിങ് ലൊക്കേഷനിൽനിന്നും ആയിരുന്നു ആ വാർത്ത പ്രചരിച്ചത്.

അടുത്ത ദിവസം ക്ലാസിൽ എത്തിയ വിനു കേൾക്കുന്നത് റിയയെക്കുറിച്ചായിരുന്നു. റിയയും പിന്നെ ആ യുവ നടനും വ്യാജപ്രചരണത്തിന് എതിരെ ഫേസ്ബുക്ക് പോസ്റ്റ് ഇട്ടു. നായകൻ പറയുന്നത്,

“വിവാഹം കഴിക്കണം പക്ഷേ, അത് റിയയെ ആയിരിക്കില്ല എന്നാണ്.”

ഋതുവിന്റെ ഫോണിൽ ആ നായകന്റെ ഫേസ്ബുക്ക് പോസ്റ്റ് കണ്ട വിനുവിന്റെ മനസ്സിൽ തോന്നിയ ആശ്വാസം... അത് വല്ലാത്തതായിരുന്നു.

വീട്ടിൽ എത്തിയ ഉടനെ മൊബൈലിലെ ഫേസ്ബുക്കിൽ അവൻ റിയയെ തിരഞ്ഞു.

റിയയുടെ ഫേസ്ബുക്ക് പോസ്റ്റ് വായിച്ചപ്പോൾ അവന് സന്തോഷം തോന്നി. അവൻ പിന്നെയും ആ ഫേസ്ബുക്ക് പോസ്റ്റ് വായിച്ചു.

“ഇപ്പോൾ സിനിമയിലാണ് ശ്രദ്ധ. വിവാഹത്തിനെക്കുറിച്ച് ചിന്തിക്കുന്നില്ല.”

പതിനൊന്ന്

സ്കൂൾ യുവജനോത്സവത്തിന് ദിവസം ആയപ്പോൾ നാല് ഹൗസുകളായി തിരിച്ചിരുന്നു. വൈറ്റ് ഹൗസ്, റെഡ് ഹൗസ്, വയലറ്റ് ഹൗസ്, ബ്ലൂ ഹൗസ്.

വിനുവും ഷബീറും മലയാളം ടീച്ചറിന്റെ നേതൃത്തിലുണ്ടായിരുന്ന റെഡ് ഹൗസിലായിരുന്നു അംഗമായത്. ക്ലാസിലെ ഋതുവും വിഭുവും ഒപ്പം ഉണ്ടായിരുന്നത് അവന് ആശ്വാസമായിരുന്നു.

ആദ്യ ഹൗസ് മീറ്റിങ്ങിന് തന്നെ മുന്നിലത്തെ ബഞ്ചിൽ ഇരുന്ന അവൻ മത്സരത്തിനുള്ള കുട്ടികളുടെ ലിസ്റ്റ് എഴുതുന്നത് ശ്രദ്ധിച്ചിരുന്നു.

നാടകത്തിന്റെ കാര്യം പറഞ്ഞതും അവൻ ചാടി എഴുന്നേറ്റ് പറഞ്ഞു:

"ടീച്ചർ ഞങ്ങൾ നാടകം അവതരിപ്പിക്കട്ടെ."

വിനുവിനോട് മലയാളം ടീച്ചർ സന്തോഷത്തോടെയാണ് ചോദിച്ചത്.

"ആരൊക്കെ ഉണ്ടാകും."

പിറകിലിരുന്ന ഷബീറിന്റെ മുഖത്ത് നോക്കിയശേഷം പ്രതീക്ഷയോടെ അവൻ പറഞ്ഞു:

"ഞാനും ഷബീറും ഉണ്ട്."

പിറകിലിരുന്ന ഋതു കൈ ഉയർത്തി പറഞ്ഞു:

"ടീച്ചർ ഞാനും അവരുടെ കൂടെ ഉണ്ട്."

അവന് ആ നേരം സന്തോഷം തോന്നി. ടീച്ചർ മൂന്ന് കുട്ടികളുടെയും പേര് എഴുതി. അത്ഭുതത്തോടെ ചോദിച്ചു:

"നാടകം ഉടനെ എഴുതുമോ?"

അവൻ പൂർണ്ണ വിശ്വാസത്തോടെയാണ് പറഞ്ഞത്.

"നാടകം ഞാൻ നാളെത്തന്നെ കൊണ്ട് വന്ന് വായിക്കാം."

ടീച്ചർ സന്തോഷത്തോടെ, "നന്നായി എഴുതണം കേട്ടോ"

അന്ന് രാത്രി തന്നെ ഇരുന്ന് മൂന്ന് കഥാപാത്രങ്ങളെ ചേർത്ത് ഒരു നാടകം എഴുതി.

ഒരു വീട്ടിൽ കമ്പ്യൂട്ടറും ഇന്റർനെറ്റുംകൊണ്ട് ഉണ്ടാകുന്ന പ്രശ്നങ്ങളായിരുന്നു കഥയിലെ വിഷയം.

കുറച്ച് ടെൻഷനോടെയാണ് രംഗങ്ങൾ എഴുതുന്നത്. ഓരോ രംഗവും എഴുതുമ്പോൾ ഹൃദയം ഉരുകുന്നുണ്ടായിരുന്നു അതിന്റെ ദൃശ്യഭാവം ഓർത്ത് ഇടയ്ക്ക് തല ചൊറിഞ്ഞു.

ഋതുവിനെ ആയിരുന്നു മനസ്സിൽ പെൺവേഷത്തിൽ കണ്ടത്. മീശ ഇല്ലാത്ത അവന്റെ മുഖം അതിന് യോജിച്ചത് എന്ന് അവന് തോന്നി. നാടകത്തിലെ ഒരു ഗൃഹനാഥയുടെ രൂപത്തിൽ മനസ്സിൽ വരച്ചു.

അടുത്ത് ഷബീറിനായുള്ള രൂപം മനസ്സിൽ ഓർത്തു ഗൃഹനാഥന്റെ പരുക്കൻ ഭാവം അത് ചേരും. അവന്റെ രൂപം അറിഞ്ഞ് മനസ്സിൽ ആ കഥാപാത്രത്തിനെയും രൂപപ്പെടുത്തി.

അവരുടെ മകനായി വിനു കണ്ടെത്തിയത് അവനെ തന്നെ ആയിരുന്നു. അങ്ങനെ നാടകത്തിന്റെ കുറച്ച് രംഗങ്ങൾ എഴുതി.

പിറ്റേ ദിവസം സ്കൂളിൽ എത്തിയ വിനു ക്ലാസിൽ ഉണ്ടായിരുന്ന ഋതുവിന്റെയും ഷബീറിന്റെയും അടുത്തിരുന്നു നാടകത്തിന്റെ കഥയും കഥാപാത്രങ്ങളുടെ രൂപഭാവത്തെയും കുറിച്ച് പറഞ്ഞു കൊടുത്തു.

പൂർണ്ണ സന്തോഷത്തോടെ ആയിരുന്നു രണ്ട് പേരും കഥയെ അംഗീകരിച്ചത്.

മലയാളം ടീച്ചർ ക്ലാസിൽ എത്തിയ ഉടനെ നാടകം എഴുതിയ പേപ്പറുകൾ വിനു ടീച്ചറിന്റെ നേർക്ക് നീട്ടി.

വളരെ പെട്ടെന്ന് തന്നെ ടീച്ചർ അത് വായിച്ചു തീർത്ത് പുഞ്ചിരിയോടെ പറഞ്ഞു:

“നന്നായിട്ടുണ്ട്! കുറച്ച് കഥാപാത്രങ്ങൾ.... കൊച്ച് കഥ. ഇത് മതി. നാളെത്തന്നെ റിഹേഴ്സൽ തുടങ്ങണം കേട്ടോ?”

അന്ന് വൈകുന്നേരം ലൈബ്രറിയിൽ നാടകം എഴുതിയ പേപ്പറുമായാണ് അവൻ പോയത്. വിദ്യയോട് അവൻ ചോദിച്ചു:

“ഞാൻ എഴുതിയ നാടകമാണ് വായിക്കുന്നുവോ?”

ഒരു പുഞ്ചിരിയോടെ അവൾ പറഞ്ഞു.

“വേണ്ട ഞാൻ ഈ നാടകം റിയയുടെ ഒപ്പം ഇരുന്ന് കണ്ടോളാം.”

അവൻ അത്ഭുതം നിറഞ്ഞ മുഖത്തോടെയാണ് അത് കേട്ടത്. പുസ്തകങ്ങൾ എടുത്ത് അവൻ വീട്ടിലേക്ക് നടന്നത് സന്തോഷത്തോടെ ആയിരുന്നു.

രാത്രിയിൽ ഉറങ്ങാൻ കിടന്നപ്പോൾ അവന്റെ മനസ്സിൽ എഴുതിയ നാടകം സ്വപ്നം പോലെ ഒഴുകി.

യുവജനോത്സവത്തിനുള്ള ദിവസങ്ങൾ അടുത്തപ്പോൾ ക്ലാസിലെ കുട്ടികളുടെ എണ്ണം കുറഞ്ഞു. എല്ലാ കുട്ടികളും നൃത്തവും നാടകവും എന്ന് പറഞ്ഞ് ക്ലാസ് കട്ട് ചെയ്യുന്നത് പതിവായി.

വിനു എഴുതിയ നാടകത്തിന് സംവിധായകന്റെ ആവശ്യം ഇല്ലായിരുന്നു. ഋതു കൈയിൽ കുറച്ച് പാൻമസാല തട്ടിയ ശേഷം അത് തിരുകി ചുണ്ടിന്റെ അകത്ത് വച്ച് കൈകൾ പരസ്പരം ഉരച്ച് എഴുതിയ ഡയലോഗ് ഭാവം ഉൾക്കൊണ്ട് അഭിനയിച്ചു. അത് കണ്ട് വിനുവും ഷബീറും ആത്മവിശ്വാസത്തോടെയാണ് ഡയലോഗ് വായിച്ച് അഭിനയിച്ചത്.

രണ്ട് മൂന്ന് ദിവസം കളിച്ചും ചിരിച്ചും നാടകം റിഹേഴ്സൽ അവർ ആസ്വദിച്ചു. ഋതു ചുണ്ടിൽ പാൻമസാല കുത്തി നിറയ്ക്കുന്നതിൽ വിനുവും ഷബീറും എതിർപ്പ് പ്രകടിപ്പിച്ചില്ല.

സ്റ്റേജിൽ കയറി കളിക്കുന്ന നാടകം മാത്രമായിരുന്നു അവരുടെ മനസ്സിൽ. യുവജനോത്സവത്തിന്റെ ആദ്യ ദിവസം പൊതുസമ്മേളനത്തോടെയാണ് ആരംഭിച്ചത്. ഉദ്ഘാടനത്തിന് ഒരു മന്ത്രി ആയിരുന്നു വന്നത്. റിയയുടെ പേര് നോട്ടീസിൽ ഉണ്ടായിരുന്നു. എങ്കിലും എന്തുകൊണ്ടോ എത്തിച്ചേർന്നില്ല.

പൊതുസമ്മേളനത്തിന് ശേഷം വിനു സ്റ്റാഫ് റൂമിൽ ഇരുന്ന ഇന്ദുലാൽ സാറിന്റെ കൈയിൽ നൂറ് രൂപ കൊണ്ട് കൊടുത്തു.

അതിന്റെ കാരണം ഋതുവായിരുന്നു. നാടക റിഹേഴ്സലിന്റെ ഇടയിൽ ഋതു പറഞ്ഞു

“യുവജനോത്സവത്തിന്റെ കാശ് കൊടുത്തില്ല എങ്കിൽ പരീക്ഷ എഴുതിക്കില്ല.”

അതുകൊണ്ട് തലേദിവസം കുടുക്ക പൊട്ടിച്ച് കിട്ടിയ കാശ് എണ്ണി തിട്ടപ്പെടുത്തി നൂറ് രൂപയ്ക്ക് മൂന്ന് രൂപയുടെ കുറവ് ഉണ്ടായിരുന്നു.

അമ്മയുടെ കൈയിൽ നിന്നും മൂന്ന് രൂപ കടം വാങ്ങിയാണ് നൂറു രൂപ തികച്ചത്.

രാവിലെ തന്നെ അടുത്തുള്ള കടയിൽ ചില്ലറ തുട്ടുകൾകൊണ്ട് പോയി നൂറു രൂപയുടെ ഒറ്റനോട്ടാക്കി.

ഇന്ദുലാൽ സാറ് എഴുതിയ കുട്ടികളുടെ ലിസ്റ്റിലേക്ക് അവൻ അത്ഭുതത്തോടെയാണ് നോക്കിയത്. അതിൽ വിനുവിന്റെ പേരും കൂടെ എഴുതി ചേർത്തപ്പോൾ ക്ലാസിലെ കുട്ടികളിൽ എല്ലാവരുടെയും പേരുകൾ ആ ലിസ്റ്റിലായി.

ആദ്യം നാടോടി നൃത്തമായിരുന്നു. ദിൽഷ ആയിരുന്നു ആദ്യത്തെ മത്സരാർത്ഥി.

അവളുടെ നൃത്തം കണ്ട് ആൺകുട്ടികൾ തുറന്ന കണ്ണുകളുമായി അവളുടെ സൗന്ദര്യം ആസ്വദിച്ചു.

നൃത്തം കഴിഞ്ഞപ്പോൾ ഋതു എണീറ്റ് നിന്നായിരുന്നു കൈ അടിച്ചത്. വൈകുന്നേരമായിരുന്നു വിനുവിന്റെ നാടകം.

മൂന്ന് പേരും വീടുകളിൽ നിന്നുമായിരുന്നു ഡ്രസ് കൊണ്ടു വന്നത്. ഋതുവിനെ സാരി ഉടുപ്പിച്ചത് വിഭു ആയിരുന്നു. ദിൽഷയുടെ കൈയിൽ നിന്നും കടം വാങ്ങിയ മേക്കപ്പ് സെറ്റ് കൊണ്ടായിരുന്നു അവർ മുഖത്ത് ചായം പൂശിയത്.

നെഞ്ചിടിപ്പോടെ ആയിരുന്നു വിനു ആ നേരം നിന്നത്. നാടകം കളിക്കാൻ മൂന്ന് ടീമുകൾ ഉണ്ടായിരുന്നു.

നമ്പർ കിട്ടിയപ്പോൾ ആദ്യത്തെ നാടകം വിനുവിന്റെ ആയിരുന്നു. നാടകം തുടങ്ങാറായപ്പോൾ റിയ അവിടെ എത്തി മുന്നിൽ വിദ്യയുടെ അടുത്ത് ഇരുന്നു.

നാടകത്തിന്റെ സ്ക്രിപ്റ്റ് വിഭുവിന്റെ കൈയിൽ ഉണ്ടായിരുന്നു. സ്റ്റേജിന്റെ പിറകിലെ എല്ലാ കാര്യങ്ങളും നിയന്ത്രിക്കുന്നതിനാണ് വിഭുവിനെ കൂടെ കൂട്ടിയത്.

നാടകത്തിന്റെ കാര്യം മൈക്കിലൂടെ പറയുന്നത് കേട്ട് വിനുവിന്റെ മുഖം വിയർത്ത് മുട്ട് ഇടിക്കാൻ തുടങ്ങി.

മുഖത്ത് പുഞ്ചിരി വിടർത്തിയ ശേഷം ഋതു കൈ ഉയർത്തി വിനുവിന്റെ ചുമലിൽ വച്ച ശേഷം ചോദിച്ചു:

“ഞാൻ സ്റ്റേജിൽ കയറണമോ?”

ഷബീറ് ദേഷ്യത്തോടെ ഋതുവിന്റെ മുഖത്തേക്ക് നോക്കി. വിനു ഭയത്തോടെ ചോദിച്ചു.

"എന്താടാ ഇപ്പോൾ ഇങ്ങനെ?"

ഋതു പിന്നെയും ചിരിച്ച ശേഷം പറഞ്ഞു:

"ഞാൻ ഇങ്ങനെയാ..."

ഷബീറ് ഉടനെ ഋതുവിന്റെ കഴുത്തിൽ മുറുക്കിപ്പിടിച്ച് ചീത്ത വിളിച്ചു.

സ്റ്റേജിന്റെ സൈഡിൽ മൈക്കിന്റെ അടുത്ത് മത്സരാർത്ഥികളുടെ പേര് വിവരങ്ങളുമായി ഇരുന്ന ഇന്ദുലാൽ സാറ് ദേഷ്യത്തിൽ എഴുന്നേറ്റ ശേഷം ചോദിച്ചു:

"എന്താ അവിടെ?"

വിഭു കൈയിലിരുന്ന പേപ്പറുകൾ മുറുക്കി പിടിച്ച ശേഷം പറഞ്ഞു:

"ഇത് നാടകത്തിന്റെ റിഹേഴ്സലാ..." ശബ്ദത്തിലെ ഗാംഭീര്യം കുറച്ച് സാറ് ചോദിച്ചു.

"അഭിനയം സ്റ്റേജിൽ പോരേടാ."

വിനു നിറഞ്ഞ കണ്ണുകളോടെ ഋതുവിനെ നോക്കി. ഋതു ചോദിച്ചു.

"ടീം ലീഡറായ നിന്റെ പേര് വെട്ടിയ ശേഷം എന്റെ പേര് എഴുതാൻ പറ്റുമോ?"

വിനു ആകാംക്ഷ നിറഞ്ഞ സ്വരത്തിൽ ചോദിച്ചു.

"അങ്ങനെ നിന്റെ പേര് അവിടെ എഴുതിയാൽ നീ അഭിനയിക്കുമോ?"

ഋതു ഒന്ന് മൂളി.

"ഉം"

ഷബീറിന്റെ മുഖത്തേക്ക് നോക്കിയ വിനുവിന്റെ തലയിൽ ഷബീർ കൈകൾ കൊണ്ട് തലോടി. ഒരു പുഞ്ചിരിയോടെ വിനു സാറിന്റെ അടുത്ത് പോയി ചോദിച്ചു.

"സാർ ടീം ലീഡർ ഋതുവാ. അവന്റെ പേര് എഴുതാൻ പറ്റുമോ?"

സാറ് ഒരു പുതിയ പുഞ്ചിരിയിൽ പറഞ്ഞു.

"ലീഡർ ആര് ആയാലും നിങ്ങൾ മൂന്ന് പേരും തുല്യരാണ്."

പുഞ്ചിരിയോടെ വിനു പറഞ്ഞു.

"സാർ അവനാണ് നാടകത്തിന് വേണ്ട റിസ്ക് എടുത്തത്."

സാർ ചിരിച്ചുകൊണ്ടു പറഞ്ഞു.

"നിന്റെ ഇഷ്ടം"

വിനുവിന്റെ പേര് വെട്ടി സാറ് അതിൽ ഋതുവിന്റെ പേര് ചേർത്തു.

സാറ് മൈക്കിലൂടെ പറഞ്ഞു.

"അടുത്തത് റെഡ് ഹൗസിന്റെ നാടകം അവതരിപ്പിക്കുന്നത് ഋതു ആൻഡ് ടീം."

സ്റ്റേജിൽ കയറിയ മൂന്ന് പേരുടെയും കൂടെ വിഭുവും ഉണ്ടായിരുന്നു. വിഭു മൈക്കിന്റെ അടുത്ത് നിന്ന ശേഷം പറഞ്ഞു:

"നാടകത്തിന്റെ പേര്"
ഇന്റർ നെറ്റ് ജാലകം."
"കഥ
തിരക്കഥ
സംഭാഷണം
സംവിധാനം
ഋതു"

ഷബീർ ദേഷ്യത്തിൽ വിഭുവിന്റെ അടുത്തേക്ക് നടന്നപ്പോൾ വിനു ഷബീറിന്റെ കൈകളിൽ മുറുകെ പിടിച്ചു എന്നിട്ട് പതിയെ ഷബീറിന്റെ ചെവിയിൽ പറഞ്ഞു.

"ഈ ചെറ്റകളെ നാടകം കഴിയുന്നതു വരെ സഹിച്ചേ പറ്റൂ."

അങ്ങനെ നാടകം ആരംഭിച്ചു. വിനു അഭിനയിക്കുന്നതിന്റെ ഇടയിൽ പലപ്പോഴും മുന്നിലിരുന്ന റിയയെ ശ്രദ്ധിക്കുന്നുണ്ടായിരുന്നു.

അവളുടെ മുഖത്ത് ഉണ്ടായിരുന്ന നൊമ്പരം വിനു സ്റ്റേജിന്റെ അകത്ത് നിന്നും അറിഞ്ഞു.

ശ്രദ്ധ നഷ്ടപ്പെടാതെ അഭിനയത്തിൽ ശ്രദ്ധിച്ചു. നാടകത്തിലെ അവസാനം സംഭാഷണം പറഞ്ഞ് കർട്ടൻ വീണതും ഷബീറ് ഋതുവിനെ ദേഷ്യത്തിൽ നോക്കി. ക്ലാസ് റൂമിൽ എത്തി വേഷം മാറിക്കൊണ്ട് നിന്ന ഋതുവിനെ ഷബീർ ചുമരിൽ ചേർത്ത് പിടിച്ച് ഇടി കൊടുത്തു.

വേഷം അഴിച്ച് റിയയെ കാണുവാൻ വിനു ഓടി. അപ്പോഴേക്കും അവൾ പുറത്തേക്കുള്ള വാതിലിലൂടെ നടന്നകന്നു.

പന്ത്രണ്ട്

യുവജനോത്സവത്തിലെ അവസാന ദിവസമായിരുന്നു പ്രസംഗ മത്സരം. വിദ്യയുടെ പ്രസംഗം കേൾക്കാനായാണ് അന്ന് വിനു സ്കൂളിൽ പോയത്.

പ്രസംഗം ആദ്യം യു പി കുട്ടികളുടെ ആയിരുന്നു. അവരിൽ പലരും പഠിച്ച് പറയുന്നതിൽ മിടുക്കരെന്ന് തെളിയിച്ചു.

ഹൈസ്കൂളിലെ പ്രസംഗ വിഷയം 'രാഷ്ട്രീയവും സമൂഹവും' ആയിരുന്നു. അഞ്ച് കുട്ടികൾ പ്രസംഗത്തിൽ പങ്കെടുത്തു.

നന്നായിത്തന്നെ ആദ്യത്തെ നാലുപേരും സംസാരിച്ചു. അവസാനത്തെ അവസരം ലഭിച്ചത് വിദ്യക്കായിരുന്നു.

സ്റ്റേജിൽ കയറി നിന്ന വിദ്യയെ കൗതുകത്തോടെ ആയിരുന്നു വിനു നോക്കിയത്.

അവൾ സംസാരിച്ച് തുടങ്ങിയത് കമ്യൂണിസത്തിൽ നിന്നുമായി

രുന്നു. വിപ്ലവങ്ങളെയും രക്തസാക്ഷികളെയും കുറിച്ച് പറയുമ്പോൾ അവളുടെ കണ്ണുകൾ ചുവന്നു.

അവൾ വെല്ലുവിളിച്ച് ചോദിച്ചു:

"ഒരിക്കൽ ഈ സമൂഹത്തിൽ കമ്യൂണിസം ഉണ്ടാക്കിയ മാറ്റം അതിൽനിന്നും എഴുതിയ കാവ്യം അത് ആവർത്തിക്കുവാൻ ഇന്ന് ഏതെങ്കിലും രാഷ്ട്രീയ പാർട്ടിക്ക് കഴിയുമോ?"

പ്രസംഗം അവസാനിക്കാൻ നേരത്ത് അവൾ പറഞ്ഞത്

"ലോകാ സമസ്ത

സുഖിനോ ഭവന്തു"

എന്നായിരുന്നു. സ്റ്റേജിൽനിന്നും അവൾ ഇറങ്ങിയപ്പോൾ വിനു അടുത്തിരുന്ന ഷബീറിനോട് പറഞ്ഞു:

"സഖാവ്."

പിന്നെ അവൾ ആ നിമിഷം മുതൽ ക്ലാസിൽ സഖാവ് എന്ന് അറിയപ്പെട്ടു.

എന്നാൽ പ്രസംഗമത്സരത്തിന്റെ ഫലം പ്രഖ്യാപിച്ചപ്പോൾ വിദ്യക്ക് സമ്മാനം ഉണ്ടായിരുന്നില്ല.

മലയാളം ടീച്ചർ വിദ്യയോട് വാത്സല്യത്തിൽ ചോദിച്ചു:

"നീ എന്തിനാ കമ്യൂണിസം പറയാൻ പോയത് അതല്ലേ സമ്മാനം നഷ്ടമായത്."

അതുകേട്ട് വിദ്യ ചോദിച്ചു: "സമ്മാനം കിട്ടാൻ വേണ്ടിയല്ല ഞാൻ പ്രസംഗിച്ചത്. ഞാൻ പറഞ്ഞതിൽ എനിക്ക് നഷ്ടബോധമില്ല. എന്റെ പ്രത്യയശാസ്ത്രത്തെക്കുറിച്ചാണ് ഞാൻ സംസാരിച്ചത്."

ടീച്ചർ പുഞ്ചിരിയോടെ പറഞ്ഞു:

"നിന്നോട് തർക്കിക്കുന്നതിന് ഞാനില്ലേ..."

യുവജനോത്സവം കഴിഞ്ഞ് രണ്ട് ദിവസങ്ങൾക്ക് ശേഷമായിരുന്നു സമ്മാന വിതരണം. വിനുവിന്റെ നാടകത്തിന് രണ്ട് സമ്മാനം ഉണ്ടായിരുന്നു.

ഋതുവിന് മികച്ച നാടക രചനയ്ക്കും ഷബീറിന് മികച്ച അഭിനയത്തിനും. മലയാളം ടീച്ചറായിരുന്നു ആ സമ്മാനം ക്ലാസിൽ എത്തിച്ചത്.

ഒരു കൊച്ച് ട്രോഫിയും പിന്നെ ഒരു സർട്ടിഫിക്കറ്റും. കിട്ടിയ ഉടനെ തന്നെ ഋതു ട്രോഫിയും സർട്ടിഫിക്കറ്റും ബാഗിൽ വച്ചു.

എന്നാൽ ഷബീർ ട്രോഫി വിനുവിന്റെ നേർക്ക് നീട്ടി നിറഞ്ഞ കണ്ണുകളോടെ പറഞ്ഞു:

"നീ ഒരുപാട് ഉയരങ്ങളിൽ എത്തും. അന്ന് എനിക്ക് പറയാമല്ലോ..... വിനുവിന് സമ്മാനം കൊടുക്കാൻ എനിക്ക് കഴിഞ്ഞു എന്ന്."

ട്രോഫി കൈകളിൽ വാങ്ങിയ വിനുവിന്റെ കവിളിൽ കണ്ണീർ ചാലു

കൾ ഉണ്ടായി.

പെൺകുട്ടികളുടെ വശത്ത് വിദ്യ വിനുവിനെ ശ്രദ്ധിക്കുന്നുണ്ടായിരുന്നു.

ദിൽഷയ്ക്ക് ഉപജില്ലാകലോത്സവത്തിന് അവസരം കിട്ടിയ വിവരം മലയാളം ടീച്ചർ പറഞ്ഞാണ് ക്ലാസിൽ എല്ലാവരും അറിയുന്നത്.

നാടകം ഉപജില്ലയിൽ കളിക്കുവാൻ കഴിയാതെ പോയതിൽ അവന്റെ ഉള്ളിൽ വേദന ഉണ്ടായില്ല.

നാടകത്തിനെക്കുറിച്ച് ക്ലാസിലെ എല്ലാ കുട്ടികളും നല്ല അഭിപ്രായമായിരുന്നു പറഞ്ഞത്.

വായനശാലയിൽനിന്നും എടുത്ത പുസ്തകങ്ങൾ ക്ലാസിൽ വച്ചായിരുന്നു വിനു വിദ്യക്ക് കൊടുത്തത്.

വിദ്യ ഒരു പുഞ്ചിരിയോടെയാണ് ചോദിച്ചത്.

“എന്തു പറ്റി? ഇനി വായനശാലയിലേക്ക് ഇല്ലേ”

നെറ്റി ചുളിച്ചാണ് വിനു പറഞ്ഞത്.

“പരീക്ഷയ്ക്ക് വേണ്ടി ഇനി പഠിക്കണം.”

പിന്നെ വിദ്യ ഒന്നും സംസാരിക്കാതെയാണ് പുസ്തകങ്ങൾ ബാഗിൽ കൊണ്ട് പോയി വച്ചത്.

അന്ന് ക്ലാസിൽ ഇരുന്നപ്പോൾ നല്ല സങ്കടം തോന്നി. നഷ്ടമായതിനെക്കുറിച്ച് ഓർത്തും പിന്നെ ഭാവിയെക്കുറിച്ച് ചിന്തിച്ചും.

ആ നേരം മനസ്സിൽ ഉറപ്പിച്ചു: നന്നായി പഠിക്കണം. നല്ല മാർക്ക് വാങ്ങി ജയിച്ച് ഒരു നല്ല ജോലി വാങ്ങണം.

അച്ഛന്റെയും അമ്മയുടെയും കുടുംബത്തിൽനിന്നും അവഗണനെയും അകല്ച്ചയും ഉണ്ടായത് പണവും പദവിയും ഇല്ലാത്തതുകൊണ്ട് എന്ന് അവൻ തിരിച്ചറിഞ്ഞു.

അവന്റെ ഓർമ്മയിൽ ഒരിക്കൽപ്പോലും വല്യച്ഛനും ചെറിയച്ഛനും അവനെ ലാളിച്ചിട്ടില്ല എന്ന് ഓർക്കുമ്പോൾ മനസ്സിൽ വെറുപ്പാണ് തോന്നിയത്. അല്ലെങ്കിലും ബാല്യകാലത്ത് ദുർഗ്ഗന്ധത്തോടെ പഴയ തുണി ഇട്ട് നടക്കുന്ന ഭംഗി ഇല്ലാത്ത ചെറുക്കനെ ആര് ലാളിക്കാനാ?

നല്ല വൃത്തിയും ഭംഗിയും ഉണ്ടായാൽ മാത്രംപോര പണമുള്ള അച്ഛന്റെയും അമ്മയുടെയും കൂടി മകനായി ജനിക്കണം പലരുടെയും സ്നേഹവും ലാളനയും കിട്ടാൻ.

പതിമൂന്ന്

വീട്ടിൽ ഒരു സന്ധ്യക്ക് അച്ഛന്റെയും അമ്മയുടെ അടുത്തിരുന്നപ്പോഴാണ് അച്ഛൻ പഴയ ഒരു കഥ പറയാൻ ഒരുങ്ങിയത്. കഥ പറ

യുന്നതിന് മുൻപ് ചുണ്ടിൽ ഒരു ബീഡി പുകച്ച ശേഷം പറഞ്ഞു:

"പണ്ട് തേയിലപ്പൊടി ബ്ലൂ ബാൻഡ് മാത്രമേ ഉള്ളു. അന്ന് കുതിരയുടെ ഒച്ച വഴിയിൽ കേട്ടാൽ അഞ്ച് അണയ്ക്ക് വേണ്ടി കരയും. എന്തിനാ കരയുന്നത്."

വിനു അത്ഭുതം നിറഞ്ഞ സ്വരത്തിൽ ചോദിച്ചു.

"എന്തിനാ കരയുന്നത്."

അച്ഛൻ തോർത്തുകൊണ്ട് ദേഹം തുടച്ച ശേഷം പറഞ്ഞു:

"കുതിരയെ കാണാം. പിന്നെ അതിന്റെ ദേഹത്ത് തൊടാം. അലങ്കരിച്ച കുതിരയാ അത്."

വിനു അത്ഭുതം മാറാതെ ചോദിച്ചു.

"കുതിരവണ്ടിയിൽ ആരൊക്കെ കാണും."

അച്ഛൻ ചിരിച്ച ശേഷം പറഞ്ഞു.

"അതിൽ ഒരു കുതിരക്കാരനും പിന്നെ പിറകിൽ ഒരു കച്ചവടക്കാരനും ഉണ്ടാകും."

അമ്മ ഓർമ്മയിൽ തിരഞ്ഞ് പതിയെ അറിഞ്ഞ കാര്യങ്ങൾ പോലെ പറഞ്ഞു.

"ആ പായ്ക്കറ്റ് ചതുരത്തിലാ. കവറിന് പുറത്ത് അതിന്റെ വിലയുടെ ചിത്രവും ഉണ്ടാകും."

അച്ഛൻ ആ നേരം മറ്റൊരു കഥയും പറഞ്ഞു.

"പണ്ട് പണിക്ക് ഇറങ്ങുന്ന ചിലർ മൺവെട്ടി ചായക്കടയുടെ മുന്നിൽ വച്ച ശേഷം അകത്ത് കയറി ഇരിക്കും. കടക്കാരനോട് പുട്ട് പയറ് പപ്പടവും ചോദിക്കും. പുറത്ത് ഇരിക്കുന്ന മൺവെട്ടിയെ നോക്കിയ ശേഷം ചോദിച്ചത് കടക്കാരൻ കൊടുക്കും. നല്ല വാഴയില ഇട്ട് അതിൽ പുട്ട് വയ്ക്കും. പിന്നെ അതിന്റെ അടുത്ത് പപ്പടവും പയറും."

വിനു ആകാംക്ഷ നിറഞ്ഞ സ്വരത്തിൽ ചോദിച്ചു.

"എന്നിട്ട്."

അച്ഛൻ കഥ തുടർന്നു:

"വയറു നിറയെ ആഹാരം കഴിച്ചശേഷം അവർ പറയും വൈകുന്നേരം പണി കഴിഞ്ഞ് വരുമ്പോൾ പൈസ തരാം എന്ന്."

വിനു നെറ്റി ചുളിച്ച് ചോദിച്ചു:

"അവർ പൈസ കൊടുക്കുമോ?"

അച്ഛൻ പുഞ്ചിരിയോടെ പറഞ്ഞു.

"വയറു നിറഞ്ഞാൽ മൺവെട്ടിയുമായി അവർ വീട്ടിൽപോകും എന്നിട്ട് മൺവെട്ടി വീടിന്റെ അകത്ത് വച്ച് കിടന്ന് ഉറങ്ങും."

രാത്രിയിൽ ഉറങ്ങാൻ കിടന്നപ്പോൾ ഒരുപാട് ചിന്തകൾ അവന്റെ മനസ്സിലേക്ക് വന്നു.

അവൻ എപ്പോഴോ ചിന്തിച്ചു ഈ സമയം ഒരു അപ്പൂപ്പനായി ജീവിതത്തിൽ മാറി എങ്കിൽ മക്കളുടെയും ചെറുമക്കളുടെയും കൂടെ മരണത്തിനായി കാത്തിരിക്കാമായിരുന്നു എന്ന്; കുറേ ഓർമ്മകളുമായി.

നാളെകളെക്കുറിച്ച് ചിന്തിക്കുമ്പോൾ നല്ല ആകാംക്ഷ തോന്നി. ഇനി ജോലി വാങ്ങി കുടുംബമായി കുട്ടികളോടൊപ്പം ജീവിച്ച്........

അതുവരെ എത്തിയപ്പോൾ തന്നെ റിയയുടെ കൂടെയുള്ള നിമിഷങ്ങളായിരുന്നു സ്വപ്നം കാണാൻ തോന്നിയത്.

അവളെ ഒരുപാട് സ്നേഹിച്ച് ലാളിച്ച് പ്രണയിക്കണം. പിന്നെ അവളുടെ മുന്നിൽ വച്ച് കൊഞ്ചി കുഴഞ്ഞ് നില്ക്കണം എന്ന് അവൻ ആഗ്രഹിച്ചു.

രാത്രികളിൽ നല്ല സുഗന്ധം ഉള്ള കട്ടിലിൽ അവളെ നഗ്നയാക്കി കെട്ടിപ്പിടിച്ച് ഉറങ്ങണമെന്നും തണുപ്പിൽ ഒരുപാട് നേരം ചേർന്ന് കിടന്ന് ഉറങ്ങണമെന്നും മോഹം തോന്നി.

അങ്ങനെ ചിന്തിച്ച് ചിന്തിച്ച് അറിയാതെ അവൻ ഉറങ്ങി.

അടുത്ത ദിവസം രാവിലെ തന്നെ എഴുന്നേറ്റ് പഠിക്കുന്ന മേശയുടെ അടുത്ത് ഇരുന്ന് പാഠപുസ്തകം തുറന്ന് വായിക്കാൻ തുടങ്ങിയപ്പോഴാണ്. ഒരു കൊച്ച് കഥ എഴുതുവാൻ തോന്നിയത്.

ഓർമ്മകൾ

അവൻ ബാല്യകാലത്തിൽ സ്കൂളിൽ പോകുന്നത് അവളുടെ ഒപ്പമായിരുന്നു. മൺവഴിയിലൂടെ കുറച്ച് ദൂരം നടന്നശേഷം പുഴയിലെ ഒരു കൊച്ച് തോണിയിൽ കയറിയായിരുന്നു ആ പുഴയുടെ അക്കരെ എത്തുന്നത്.

ആ വഴി ചില ദിവസങ്ങളിൽ മഴയിൽ നനഞ്ഞിരിക്കും. ആ നേരം അവരുടെ കാല്പാടുകൾ മൺവഴിയിൽ പതിയുമായിരുന്നു.

മഞ്ഞ് വീണ പുലരിയിൽ ആ വഴിയിൽ മഞ്ഞിൻ കണങ്ങൾ വഴിയരികിലെ ഇലയിലും പൂവിലും വെയിലിനാൽ പുഞ്ചിരിക്കുമായിരുന്നു.

അവന് ഒരിക്കൽപ്പോലും അവളോട് പ്രണയം തുറന്ന് പറയുന്നതിന് കഴിഞ്ഞില്ല.

അവന്റെ ഭയം പ്രണയം തുറന്ന് പറഞ്ഞാൽ അവളുടെ മുഖത്തുള്ള പുഞ്ചിരി നഷ്ടമാകുമോ എന്ന് ഓർത്തായിരുന്നു.

അങ്ങനെ ദിവസങ്ങൾ കഴിയുംതോറും അവർ ജീവിതം ജീവിച്ച് എത്തിയത് തമ്മിൽ പിരിയുന്ന ദിവസത്തിലാണ്.

അങ്ങനെ പ്രകൃതിനിയമംപോലെ അവർ പിരിഞ്ഞു. അവന്റെ മനസ്സിൽ ഒരുപാട് ഓർമ്മകൾ സമ്മാനിച്ച് അവൾ എവിടെയോ പോയി മറഞ്ഞു.

പിന്നെയും അവൻ ആ വഴിയിലൂടെ ഏകനായി നടന്നു.

അവളെ മറക്കാതിരിക്കുന്നതിനായി. അങ്ങനെ അവൻ ഓർമ്മകളിലൂടെ അവളെ പ്രണയിച്ചു.

ആകാശത്തിനപ്പുറം ഒരു പൂന്തോട്ടമുണ്ട്. ഭൂമിയിൽ പ്രണയിച്ച് മരിച്ച കാമുകന്മാർ അവിടെ മരമായും കാമുകിമാർ അതിൽ പടരുന്ന വള്ളികളുമായി മാറും.

അങ്ങനെ ഭൂമിയിൽനിന്നും അവൻ ആകാശത്ത് എത്തി.

അടുത്ത് നില്ക്കുന്ന മരങ്ങളെയും വള്ളികളെയും നോക്കി അവനും വലിയ ഒരു മരമായി കാത്തിരുന്നു അവളുടെ വരവിനായി... ഏകനായി നിന്നു.

പതിനാല്

അങ്ങനെ 10-ാം ക്ലാസിലെ അവസാന ദിവസങ്ങളിലേക്ക് അടുത്തു. പ്രോജക്ടും അസൈൻമെന്റും നോക്കി ടീച്ചർമാർ ഇന്റേണൽ മാർക്കുകൾ ഇട്ട് തുടങ്ങി.

ക്ലാസിലെ ചില ഉഴപ്പന്മാരുടെ പ്രോജക്ടുകൾ ടീച്ചർമാരായിരുന്നു വീട്ടിലിരുന്ന് എഴുതി അവർക്ക് ഫുൾമാർക്ക് കൊടുത്തത്.

10-ാം ക്ലാസിലെ 100% വിജയം ലക്ഷ്യമാക്കി വൈകുന്നേരങ്ങളിൽ 3.30 ന് ശേഷം ക്ലാസുകൾ ഉണ്ടായിരുന്നു.

ആ ക്ലാസുകളിൽ ഇരിക്കുന്ന കുട്ടികൾക്ക് ചായയും വടയും പതിവായിരുന്നു. ചായയും വടയും കഴിക്കുന്നതിനായി പലരും ആ ക്ലാസുകളിൽ ഇരുന്നേക്കും.

വിനു ക്ലാസിൽ ഇരിക്കുന്നത് ചായയും വടയും കഴിക്കാനായിരുന്നു. പ്യൂണായിരുന്നു ചായ വിതരണം ചെയ്യുന്നത്.

ഒരു അളവ് ഗ്ലാസ് അവരുടെ കൈവശം ഉണ്ടായിരുന്നു. ആ ഗ്ലാസിലായിരുന്നു ചായ അളക്കുന്നത്.

മോഡൽ പരീക്ഷകളെകുറിച്ച് നല്ല ഭയം തോന്നിയിരുന്നു. അതിന്റെ കാരണം ഇന്ദുലാൽ സാറായിരുന്നു. ഒരു ദിവസം സാറ് പറഞ്ഞു:

“മോഡൽ പരീക്ഷയിൽ തോറ്റാൽ നീയൊക്കെ പത്ത് തോറ്റു.”

മോഡൽ പരീക്ഷ നടത്തിയ ആദ്യ ദിവസം വിനു ഭയത്തോടെ ആയിരുന്നു പരീക്ഷ ഹാളിൽ കയറിയത്.

ഒരു ബഞ്ചിൽ രണ്ട് കുട്ടികൾ വീതമായിരുന്നു ഇരുന്നത്. അവന്റെ സീറ്റ് മുന്നിലത്തെ ബഞ്ചിലായിരുന്നു.

ഹാളിൽ കയറി ഇരുന്ന് ചുറ്റിലേക്കും നോക്കിയപ്പോൾ അവന് അത്ഭുതം തോന്നി. എല്ലാ കുട്ടികളും അടുത്ത ഡിവിഷനിലായിരുന്നു.

രമണി ടീച്ചർ ചോദ്യപേപ്പറുമായി കയറി വന്നപ്പോൾ വിനുവിന് ഭയം തോന്നി. ടീച്ചർ കസേരയിൽ ഇരുന്ന് ഹാളിലെ കുട്ടികളുടെ എണ്ണം ഒരു പേപ്പറിൽ എഴുതിയപ്പോൾ വിഭു വാതിലിന്റെ അടുത്തുനിന്ന ശേഷം വിളിച്ചു:

"ടീച്ചർ"

ടീച്ചർ ദേഷ്യത്തിൽ ചോദിച്ചു.

"എവിടെയാ പോകുന്നത്."

വിഭു നെറ്റി ചുളിച്ചു പാന്റിന്റെ പോക്കറ്റിൽ കൈ ഇട്ട ശേഷം പറഞ്ഞു.

"പരീക്ഷ എഴുതാൻ."

ടീച്ചർ ദേഷ്യത്തിൽ.

"കയറി ഇരിക്ക് അകത്ത്."

വിനു അടുത്തുവന്നിരുന്ന വിഭുവിനെ വെറുപ്പോടെ ആയിരുന്നു നോക്കിയത്.

ചോദ്യപേപ്പർ കിട്ടി 15 മിനിറ്റ് കഴിഞ്ഞ ഉടനെ അവൻ എഴുതി ത്തുടങ്ങി. വിഭു ഇടയ്ക്ക് അടുത്ത പേപ്പറിലേക്ക് നോക്കുന്നത് കണ്ട ടീച്ചർ വിഭുവിനോട് ദേഷ്യത്തിലായിരുന്നു പറഞ്ഞത്.

"സ്വന്തം പേപ്പർ നോക്കി എഴുത് കഴുതേ."

പിന്നെ കുറച്ച് നേരത്തേക്ക് വിഭുവിന്റെ ശല്യം അവന് ഉണ്ടായില്ല. അരമണിക്കൂർവരെ ചുറ്റും നോക്കിയിരുന്ന ശേഷം വിഭു പോക്കറ്റിൽ നിന്നും കടലാസ് കഷ്ണങ്ങൾ എടുത്ത് എഴുതാൻ തുടങ്ങി.

ടീച്ചർ പതിയെ ശബ്ദം ഉണ്ടാക്കാതെ വിഭുവിന്റെ അടുത്തുനിന്ന് ചോദ്യപേപ്പറിൽ നോക്കിയപ്പോൾ അതിന്റെ മറവിൽ ഒരു കടലാസ് കഷണം കണ്ട ഉടനെ ടീച്ചർ ദേഷ്യത്തിൽ പറഞ്ഞു.

"വിഭു എഴുന്നേല്ക്ക്."

അനുസരണയോടെ വിഭു എഴുന്നേറ്റു. ടീച്ചർ അവന്റെ ഉത്തരക്കട ലാസ് കീറി കളഞ്ഞശേഷം പറഞ്ഞു.

"ഇറങ്ങിപ്പോ."

വിഭു ഇറങ്ങിപ്പോകുന്നത് അത്ഭുതത്തോടെ ആയിരുന്നു വിനു നോക്കിയത്. പിന്നെയുള്ള പരീക്ഷകൾ എഴുതുവാൻ വിഭുവിനെ അവൻ കണ്ടില്ല.

പേപ്പറുകൾ തിരുത്തി കിട്ടിയപ്പോൾ പരീക്ഷയിൽ അവന് നല്ല പ്രതീ ക്ഷയുണ്ടായി.

പതിനഞ്ച്

എല്ലാവർഷത്തിലെയുംപോലെ ആ വർഷവും 10-ാം ക്ലാസ് കുട്ടികളെ പിരിച്ച് വിടുന്ന ചെറിയ ഒരു ആഘോഷം ഉണ്ടായിരുന്നു.

അന്ന് ആഡിറ്റോറിയത്തിൽ എല്ലാ ഡിവിഷനിലെയും കുട്ടികൾ ഉണ്ടായിരുന്നു. ക്ലാസ് തുടങ്ങിയ ദിവസം മുതൽ അവസാനിക്കുന്ന ദിവസംവരെ എത്തിയപ്പോൾ അവിടെയിരുന്ന എല്ലാ കുട്ടികളുടെയും മനസ്സിൽ ഓർമ്മകളും പിന്നെ കുറേ സ്വപ്നങ്ങളും ഉണ്ടായിരുന്നു.

ആഡിറ്റോറിയത്തിൽ വിനു ഷബീറിന്റെ അടുത്ത് ഇരുന്ന് പിറകിലെ വാതിലിലേക്ക് ആരെയോ പ്രതീക്ഷിച്ച് കുറച്ച് നേരം നോക്കിയ ശേഷം മുഖത്ത് ഭാവവ്യത്യാസം ഇല്ലാതെ തിരിഞ്ഞിരുന്നു. ഈശ്വര പ്രാർത്ഥനയ്ക്ക് ശേഷം വിമല ടീച്ചർ വിളക്ക് കത്തിച്ചു.

എല്ലാവരും ആഡിറ്റോറിയത്തിലെ വാതിലിലേക്ക് നോക്കുന്നത് കണ്ട് അവനും നോക്കി. റിയ വരുന്നത് കണ്ട് അവന്റെ കണ്ണുകൾ അത്ഭുതത്തോടെ തിളങ്ങി.

റിയ പെൺകുട്ടികളുടെ വശത്ത് ആരെയോ തിരഞ്ഞു. വിദ്യയെ കണ്ട ഉടനെ അവളുടെ അടുത്ത് ഇരുന്നു.

വിമല ടീച്ചറിന്റെ സ്വാഗത പ്രസംഗത്തിന് ശേഷം മലയാളം ടീച്ചറായിരുന്നു സംസാരിച്ചത്.

“നിങ്ങൾ നല്ല കുട്ടികളാ. എല്ലാരും നന്നായി വരും. പല ടീച്ചർമാരും പറയുന്നത് ഇന്നത്തെ കാലത്തെ കുട്ടികൾ എല്ലാം അഴുക്ക പിള്ളാരാ. ആ സമയം ഞാൻ പറയും ഞാൻ പഠിപ്പിക്കുന്ന ഞാൻ അറിയുന്ന എല്ലാ കുട്ടികളും നന്മയുള്ളവരാണ്.”

ടീച്ചർ ഒരു പുഞ്ചിരിയോടെ തുടർന്നു.

“നിങ്ങൾ ക്ലാസിന്റെ പുറത്ത് ഇറങ്ങിയാൽ എങ്ങനെ എന്ന് എനിക്ക് അറിയില്ല. എന്റെ ക്ലാസിൽ നല്ല കുട്ടികളായി ഇരുന്നത് പോലെ എന്നും എപ്പോഴും നിങ്ങൾ നല്ല കുട്ടികളായിരിക്കണം.”

ടീച്ചർ പറഞ്ഞ് കഴിഞ്ഞപ്പോൾ വിനുവിന്റെ കണ്ണുകൾ നിറഞ്ഞു. അന്നേരം പെൺകുട്ടികളുടെ വശത്ത് നിന്നും നീണ്ട കണ്ണുകൾ അവൻ ശ്രദ്ധിച്ചു.

അത് റിയയുടെ മനോഹരമായ കണ്ണുകളായിരുന്നു. കുറച്ച് നേരം അവളെ നോക്കിയിരുന്നപ്പോൾ അവന്റെ മനസ്സിൽ നല്ല സന്തോഷം തോന്നി.

വേദിയിൽ ഇരുന്ന അദ്ധ്യാപകർ സംസാരിച്ച് കഴിഞ്ഞപ്പോൾ വിമല ടീച്ചർ പറഞ്ഞു:

"അനുഭവങ്ങൾ പറയണം, എല്ലാ കുട്ടികളും. സ്റ്റേജിൽ കയറി നിങ്ങൾക്ക് മറക്കുവാൻ കഴിയാത്ത ദിവസത്തിനെക്കുറിച്ച് പറഞ്ഞാൽ മതി."

അടുത്ത ഡിവിഷനിലെ പല കുട്ടികളും സ്റ്റേജിൽ കയറി അവരുടെ അനുഭവം പറഞ്ഞു.

ചില കുട്ടികൾ പാട്ട് പാടി. ദിൽഷ അന്ന് നൃത്തം ചെയ്തു. ഋതുവിന്റെ മിമിക്രി അന്ന് ഉണ്ടായിരുന്നു.

അത് കണ്ട് ചിരിച്ചത് ദിൽഷ മാത്രമായിരുന്നു. പിന്നെ വിഭു ഇടയ്ക്ക് എപ്പഴോ ചിരിച്ചു.

എല്ലാവരും നിർബ്ബന്ധിച്ചപ്പോഴായായിരുന്നു റിയ സ്റ്റേജിൽ കയറിയത്. ഒന്നും പറയാതെ മൈക്കിന്റെ അടുത്ത് നിന്ന അവൾ വിനുവിനെ നോക്കി.

അവൻ പുഞ്ചിരിക്കുന്നത് കണ്ടപ്പോൾ അവൾ സ്കൂളിലെ ആദ്യ ദിവസത്തിലെ ഓർമ്മകൾ പറഞ്ഞു. അത് കേട്ട് അവൻ അനുരാഗത്തോടെ അവളുടെ കണ്ണുകളിലേക്ക് നോക്കിയിരുന്നു.

വിദ്യ കൃതജ്ഞത പറഞ്ഞായിരുന്നു യോഗം അവസാനിപ്പിച്ചത്. ഒരു വാനിൽ വലിയ പാത്രത്തിൽ എന്തൊക്കെയോ കൊണ്ടുവരുന്നത് കണ്ട് വിനു നോക്കിയപ്പോഴാണ് ഷബീർ അവന്റെ തോളിൽ കൈ വച്ച ശേഷം പറഞ്ഞത്.

"ടാ ചിക്കൻ ബിരിയാണി വന്നല്ലോ."

കുറച്ച് കുട്ടികൾ പുറത്തേക്ക് ഓടി ആ പാത്രങ്ങൾ ചുമന്ന് ആഡിറ്റോറിയത്തിൽ കൊണ്ട് വന്നു.

ആഹാരം വിതരണം ചെയ്യുന്നവരോടൊപ്പം അവനും കൂടി.

അങ്ങനെ അവൻ നിന്നത് റിയയ്ക്ക് മാത്രം കൂടുതൽ കൊടുക്കാനായിരുന്നു. ആഹാരം വിളമ്പിയവർ അവസാനമായിരുന്നു കഴിച്ചത്.

എല്ലാ കുട്ടികളും ഓട്ടോഗ്രാഫ് വാങ്ങുന്ന തിരക്കിലായിരുന്നു. വിനുവിന്റെ അടുത്ത് വന്ന് റിയ അവന്റെ കൈയിലെ ഓട്ടോഗ്രാഫ് ബുക്ക് വാങ്ങി അതിൽ എന്തോ കുറിച്ച ശേഷം പറഞ്ഞു:

"നീ ഒരു സിനിമയ്ക്ക് കഥ എഴുതുമോ? ഞാൻ അതില് അഭിനയിക്കാം."

വിനു അല്പം ഭയത്തോടെ ചോദിച്ചു:

"നീ എന്റെ ഒപ്പം കൂടുമോ? എന്റെ ഒപ്പം കരയാനും ചിരിക്കാനും."

ഒരു പുഞ്ചിരിയോടെ അവൾ പറഞ്ഞു.

"എനിക്കും മോഹം ഉണ്ട് ഒരു നല്ല കുട്ടിയായി ജീവിക്കുവാൻ. ഇനി പറ്റുമോ എന്ന് അറിയില്ല."

അത്ഭുതത്തോടെ അവൻ ചോദിച്ചു.

“ഞാൻ നിനക്കായി കാത്തിരിക്കട്ടെ.”

അവൾ ഒന്ന് മൂളി.

“ഉം.”

അല്പ നേരത്തെ മൗനത്തിനുശേഷം അവൾ പറഞ്ഞു:

“ഞാൻ ഇന്ന് ഹൈദ്രാബാദിലേക്ക് പോകുവാ. പുതിയ തമിഴ് സിനിമയിൽ അഭിനയിക്കാൻ. പരീക്ഷ എഴുതാൻ വരില്ല. നിന്നെ ഞാൻ മറക്കില്ല ഒരിക്കലും.”

കണ്ണുകൾ നിറഞ്ഞ അവളെ നോക്കി നിന്നപ്പോൾ ആ നിമിഷം അവസാനിക്കരുതേ എന്ന് അവൻ ആഗ്രഹിച്ചു. അവൾ നടന്ന് അകന്നപ്പോൾ മനസ്സിൽ എന്തോ വേദന തോന്നി.

പതിനാറ്

റിയ അഭിനയിച്ച തമിഴ് സിനിമയുടെ ഷൂട്ട് തീരുന്നതിന് മുൻപ് തന്നെ അതിലെ ഒരു ഗാനം റിലീസായി.

റിയയും ഏതോ തമിഴ് നടനുമായുള്ള കിടപ്പറ രംഗങ്ങളായിരുന്നു ആ പാട്ടിൽ അധികവും. മുഖത്ത് വിയർപ്പുതുള്ളികളോടെ അത് കണ്ട് ഇരുന്നപ്പോഴാണ് അമ്മ ദേഷ്യത്തിൽ ചോദിച്ചത്.

“അവൾ തുണി ഇല്ലാതെ നില്ക്കുന്നതാ നീ കാണുന്നത്. ടി വി ഇപ്പോൾ അടിച്ച് പൊട്ടിക്കും.”

അവൻ ദേഷ്യത്തിൽ പുറത്തേക്ക് ഇറങ്ങി നടന്നു. അമ്മ പതിവ് സീരിയൽ ശബ്ദം ഉയർത്തി കണ്ടിരുന്നു.

സാധാരണ ഗ്രാമങ്ങളിലെ ആൺകുട്ടികളെപ്പോലെ അവനും 10-ാം ക്ലാസ് കഴിഞ്ഞപ്പോൾ ഏതെങ്കിലും ജോലി കണ്ടെത്തുവാൻ നിർബ്ബന്ധിതനായി.

10-ാം ക്ലാസ് മാത്രം സമ്പാദ്യം ഉള്ളതിനാൽ അച്ഛന്റെ ഒപ്പം കൃഷിപ്പണിക്ക് ഇറങ്ങി. പിന്നെയുള്ള ദിവസങ്ങളിൽ പാടത്തെ ചെളിയിൽ വിയർപ്പുതുള്ളികൾ കുടഞ്ഞ് വൈകുന്നേരങ്ങളിൽ പാടത്തിനരികിലെ ചെറിയ കുളത്തിൽനിന്നും കാലും കൈയും കഴുകി അച്ഛന്റെ ഒപ്പം വീട്ടിലേക്ക് പോകുന്നത് പതിവായി.

വിനു പതിയെ അറിയുകയായിരുന്നു സാധാരണക്കാരന്റെ സ്വപ്നങ്ങളെക്കുറിച്ച്. ഒരുപാട് മോഹിച്ച്, സ്വപ്നം കണ്ട്, കഷ്ടപ്പെട്ടാലും അർഹിക്കുന്നതേ കിട്ടുകയുള്ളൂ എന്ന്.

അച്ഛനെപ്പോലെ അവനെയും ബന്ധുക്കൾ വലിയ പരിചയം കാണിക്കാതെ അപരിചിതനാക്കി.

ഷബീറുമായുള്ള സൗഹൃദത്തിന് ഒരുമാറ്റവും ഇല്ലായിരുന്നു. നാട്ടിലെ ഒരു പച്ചക്കറിക്കടയിൽ കൂലിക്ക് നില്ക്കുന്ന അവനെ കാണുവാൻ ഇടയ്ക്ക് പോകാറുണ്ട്.

സ്കൂളിലെ ഓർമ്മകൾ പറഞ്ഞിരിക്കുമ്പോൾ മനസ്സിന് ഒരു സുഖം കിട്ടും. ഋതുവും വിഭുവും പഠിക്കുവാൻ ദൂരേക്ക് പോയി എന്ന് ഷബീറ് പറഞ്ഞ് അവൻ അറിഞ്ഞു.

ഷബീർ ഒരിക്കൽ വെറുപ്പോടെ ചോദിച്ചു:

“നിന്റെ കഴിവ് നീ തന്നെ നശിപ്പിക്കാതെ ഇനിയും എഴുതിക്കൂടേ.”

അത് കേട്ടപ്പോൾ വിനുവിന്റെ മനസ്സിൽ എഴുതുവാനുള്ള മോഹം പിന്നെയും ഉണ്ടായി. വലിയൊരു എഴുത്തുകാരനായി അവളുടെ മുന്നിൽ നില്ക്കുന്ന ദിവസം അവൻ സ്വപ്നം കണ്ടു.

അന്ന് രാത്രിയിൽ അച്ഛന്റെ ഒപ്പം ഇരുന്ന് ടി വിയിൽ വാർത്ത കണ്ടിരുന്നപ്പോഴാണ് റിയയുടെ ആത്മഹത്യയെക്കുറിച്ച് അവൻ അറിയുന്നത്. ഏതോ ഹോട്ടൽ മുറിയിൽ തൂങ്ങി മരിച്ച അവളെ, ദുരൂഹ സാഹചര്യത്തിൽ മരിച്ച നടിമാരുടെ ഒപ്പം വാർത്താമാധ്യമങ്ങൾ ചേർത്ത് വച്ചു. ചാനലുകളിൽ അവളുടെ മരണത്തെക്കുറിച്ച് ചർച്ചകളുണ്ടായിരുന്നു. അവൻ നിറഞ്ഞ കണ്ണുകളോടെ മുറിയിൽ കയറി മേശപ്പുറത്ത് ഇരുന്ന ഓട്ടോഗ്രാഫ് തുറന്ന് റിയ എഴുതിയ പേജിലേക്ക് നോക്കി നിന്നു. ആ പേജ് അവന്റെ കണ്ണുനീർ തുള്ളികൾകൊണ്ട് നനഞ്ഞു.

ആ നേരം തുറന്ന ജനാലയിലൂടെ ഒരു നക്ഷത്രം അവനെ ഇമചിമ്മാതെ നോക്കുന്നുണ്ടായിരുന്നു.

9 789386 637987

Printed by Libri Plureos GmbH in Hamburg,
Germany